ANG KUMPLETO NA GABAY PARA SA IYONG MGA APPETIZERS

100 Masarap at madaling appetizer recipe para sa lahat ng uri ng mga kaganapan at okasyon

Amparo Diaz

Lahat ng karapatan ay nakalaan.

Disclaimer

Ang impormasyong nakapaloob sa eBook na ito ay nilalayong magsilbi bilang isang komprehensibong koleksyon ng mga estratehiya na pinagsaliksik ng may-akda ng eBook na ito. Ang mga buod, diskarte, tip, at trick ay mga rekomendasyon lamang ng may-akda, at ang pagbabasa ng eBook na ito ay hindi magagarantiya na ang mga resulta ng isang tao ay eksaktong sasalamin sa mga resulta ng may-akda. Ginawa ng may-akda ng eBook ang lahat ng makatwirang pagsisikap na magbigay ng kasalukuyan at tumpak na impormasyon para sa mga mambabasa ng eBook. Ang may-akda at mga kasama nito ay hindi mananagot para sa anumang hindi sinasadyang pagkakamali o mga pagkukulang na maaaring matagpuan. Ang materyal sa eBook ay maaaring magsama ng impormasyon ng mga third party. Ang mga third-party na materyales ay binubuo ng mga opinyon na ipinahayag ng mga may-ari ng mga ito. Dahil dito, hindi inaako ng may-akda ng eBook ang responsibilidad o pananagutan para sa anumang materyal o opinyon ng third-party.

Ang eBook ay copyright © 2023 na ang lahat ng karapatan ay nakalaan. Ilegal ang muling pamamahagi, kopyahin, o lumikha ng hinangong gawa mula sa eBook na ito nang buo o bahagi. Walang bahagi ng ulat na ito ang maaaring kopyahin o muling ipadala sa anumang kopya o muling i-transmit sa anumang anyo kung wala ang pagsusulat na ipinahayag at nilagdaan ng pahintulot mula sa may-akda.

TALAAN NG MGA NILALAMAN

TALAAN NG MGA NILALAMAN 3

PANIMULA 7

1. STUFFED BELL PEPPERS 9
2. BACON WRAPPED MEATBALLS 11
3. THANKSGIVING PINALAMANANG KABUTE 13
4. MANCHEGO TORTAS KASAMA SI CHORIZO 15
5. OVEN BAKED APPLES 18
6. INIHURNONG FALAFEL 20
7. CRANBERRY AT CHILI MEATBALLS 22
8. ENCHILADA 24
9. HONEY BALSAMIC MEATBALLS 27
10. ROASTED SQUASH SEEDS 30
11. POTATO SPINACH BALLS 32
12. ASUKAL AT SPICE NUTS 35
13. BACON PIN-WHEEL ROLLS 38
14. VEGAN CELERY SALAD APPETIZER 40
15. ROMAN CHEESY POTATO CHIPS 42
16. MAKIKINANG NA CRANBERRY AT BRIE BITES 44
17. MGA IGOS NA MAY BACON AT CHILE 47
18. PRITONG MASHED POTATO BALLS 49
19. KAGAT NG KAMOTE 52
20. TEX-MEX CHEESY CORNBREAD 54
21. CHEESE TORTELLINI SKEWERS 57
22. TUSCAN-STYLE MEATBALL FLATBREAD 59
23. MGA KAGAT NG INIHURNONG RAVIOLI 62
24. BAWANG TOAST MEATBALL SLIDER 65
25. CHEESY RANCH PIGS IN A BLANKET 67
26. GREEN PROTEIN SNACK POT 70

27. Mga kagat ng quinoa muffin 72
28. Vegan protein bar 74
29. Kagat ng PB at J Energy 77
30. Inihaw na carrot hummus 79
31. Puffed quinoa bar 82
32. Shelled edamame dip 84
33. Matcha cashew cups 86
34. Chickpea choco slices 89
35. Banana bars 91
36. Protein donuts 94
37. Cookie almond balls 97
38. Honey-sesame tofu 99
39. Maanghang na Adobo na Paminta 102
40. Scuola di Pizza 105
41. Buricotta kasama si Peperonata at Oregano 109
42. Patatas, Itlog, at Bacon 112
43. Stracchino na may Artichokes, Lemon, at Olives 115
44. Bianca kasama sina Fontina, Mozzarella at Sage 119
45. Mga Bola ng Pizza 122
46. Italian chicken pastry bites 125
47. Arancini bola 127
48. Italian Nachos 131
49. Italian Pepperoni Roll-ups 134
50. Cheesy Galette with Salami 137
51. Mozzarella fritters at spaghetti 140
52. Keso tortellini skewers 143
53. Tuscan-style meatball flatbread 145
54. Bawang toast meatball slider 148
55. Seitan Pizza Cups 150
56. Malutong na hipon fritters 153
57. Pinalamanan na mga Kamatis 156

58. Salt bakalaw fritters na may Aioli 159
59. Prawn croquettes 162
60. Malutong na spiced na patatas 165
61. Hipon gambas 168
62. Tahong vinaigrette 170
63. Rice-stuffed peppers 173
64. Calamari na may rosemary at chilli oil 176
65. Tortellini Salad 179
66. Caprese Pasta Salad 181
67. Balsamic Bruschetta 183
68. Inihaw na Mackerel 186
69. Inihaw na hipon na nakabalot sa bacon 189
70. Barbecue beef cups 192
71. Pinagulong at inihaw na dibdib ng kalapati 194
72. Inihaw na bola-bola 197
73. Korean barbecue appetizers 199
74. Mga pampagana ng inihaw na manok 201
75. Barbecue bits 203
76. Pinausukang scallop sa takip ng kabute 205
77. BBQ kielbasa 208
78. Mag-ihaw ng inihurnong patatas 210
79. Inihaw na asparagus 212
80. Inihaw na Portobello mushroom 214
81. Inihaw na pinalamanan na sili 216
82. Pesto-stuffed prawns 218
83. Grill nachos 221
84. Mga bola-bola sa taglagas 223
85. Meatball stroganoff 225
86. Caribbean meatballs 227
87. Curry meatballs 230
88. Mga bola-bola ng sibuyas na Pranses 233

89. Maple Meatballs 235
90. Meatball shepherd's pie 238
91. Spaghetti Meatball pie 241
92. Saucy Asian meatballs 244
93. Mga bola-bola at sarsa ng spaghetti 247
94. Mga bola-bola na may pansit sa yogurt 250
95. Stracciatelle na may mga bola-bola 253
96. Meatball at ravioli na sopas 256
97. Bulgarian meatball na sopas 259
98. Mga bola ng karne at frankfurters 262
99. Manhattan Meatballs 264
100. Vietnamese meatballs 266

KONGKLUSYON **268**

PANIMULA

Ang mga pampagana ay mga pagkaing gamit ang daliri na karaniwang inihahain bago kumain, o sa pagitan ng mga oras ng pagkain, at tinatawag ding hors d'oeuvres, antipasti, o mga panimula, at maaaring mula sa napakasimple hanggang sa napakakumplikado, depende sa okasyon at oras na inilaan sa paggawa ng mga ito. Ang mga ito ay karaniwang saliw sa mga aperitif, mga cocktail na inihahain bago kumain.

Sa mga hapunan, piging at iba pa, maaaring ihain ang mga pampagana bago kumain. Ito ay karaniwan lalo na sa mga kasalan kapag kailangan ng oras para sa kasalan at mga bisita upang makarating sa isang pagtanggap pagkatapos maganap ang kasal. Maaaring ihain ang mga pampagana sa mahabang party na nagaganap pagkatapos ng regular na oras ng pagkain. Ang isang mid-afternoon party kung saan walang intensyong maghain ng hapunan, o isang evening party na magaganap pagkatapos ng hapunan ay maaaring magkaroon ng mga appetizer para magkaroon ang mga bisita ng pagkakataong magmeryenda. Maraming mga restaurant ang nagtatampok ng hanay ng mga appetizer na ini-order bago kumain bilang unang kurso.

Ang mga appetizer ay dapat malaki sa lasa, maliit sa laki at presyo. Ang pampagana ay dapat na may natatanging, maanghang na lasa at mga katangiang nakakapukaw ng gana. Ang mga adobo at inasnan na pagkain, mga acid, paminta at paprika ay may kapansin-pansing bahagi sa kanilang paggawa. Ang mga hilaw na talaba at tulya, suha, melon at fruit cocktail, canape at maliliit na sandwich na kinakalat na may mga paste ng sardinas, bagoong at caviar, ulang at karne ng alimango, keso, olibo at iba pang pinaghalong matataas na lasa, deviled egg, maliliit na makatas na salad, maaaring lahat ay kasama nang walang pagkiling sa listahan ng mga appetizer. Sa mga bahagi ng Estados Unidos, ang hapunan ay palaging nagsisimula sa salad bilang pampagana.

1. Pinalamanan na Bell Peppers

Magbubunga: 6 na pinalamanan na sili

Mga sangkap
- 6 Malaking pulang Bell Peppers
- 1 libra na hiniwang mushroom,
- 1 kutsarita ng langis ng niyog
- ½ tasang cornbread crumbs
- 1 kutsarang rice bran oil
- 1 tasa sariwang hilaw na beets, binalatan at gadgad
- ½ sibuyas, hiniwa ng manipis
- 1 tasang sabaw ng gulay

Direksyon:

a) Painitin muna ang oven sa 375°F.

b) Sa isang kawali, init ang langis ng niyog at igisa ang mga kabute.

c) Alisin ang mga tuktok ng bawat paminta. Alisin ang loob ng paminta at linisin ang mga ito.

d) Sa isang malaking mangkok ng paghahalo, pagsamahin ang lahat ng iba pang mga sangkap. Timplahan ng asin at paminta ayon sa panlasa.

e) Maluwag na ilagay ang mga peppers sa pinaghalong at ayusin ang mga ito sa isang baking pan na magkadikit.

f) Maglagay ng 1 pulgada ng mainit na tubig sa ilalim ng kawali.

g) Maghurno ng 45 minuto.

h) Alisin ang kawali mula sa apoy at ihain.

2. Bacon balot na meatballs

Magbubunga: 10

Mga sangkap
- 1 pakete (26 oz.) Mga bola-bola
- 1 pakete ng bacon, hiniwa sa mga piraso
- 1 bote ng honey BBQ sauce

Direksyon:
a) Painitin ang oven sa 400 degrees Fahrenheit.

b) Iguhit ang isang 17" x 11" na baking sheet na may parchment paper.

c) I-wrap ang ikatlong bahagi ng slice ng bacon sa bawat meatball at i-fasten gamit ang toothpick.

d) Ilagay ang nakabalot na meatballs sa isang layer sa parchment paper at maghurno ng 20-25 minuto, o hanggang maluto ang bacon.

e) Alisin ang mga bola-bola mula sa kawali at i-brush ang mga ito ng honey BBQ sauce.

f) I-caramelize ang BBQ sauce sa pamamagitan ng pagbabalik ng mga bola-bola sa oven para sa karagdagang 5 minuto.

3. ThanksgivingPinalamanang kabute

Magbubunga: 4

Mga sangkap
- 8 malalaking cremini o puting mushroom
- ½ tasang corn meal
- 1 tasang gata ng niyog
- 1 tasang ginutay-gutay na pulang beets
- ½ tasang ginutay-gutay na karot

Direksyon:

a) Alisin ang mga tangkay mula sa mga kabute, i-brush ang mga ito, hugasan ang mga ito, at ilagay ang mga ito nang pabilog sa isang baking sheet upang iprito sa loob ng 5 minuto sa 475 degrees F.

b) Pagsamahin ang mga tangkay ng kabute, corn meal, beets, carrots, at gata ng niyog sa isang food processor.

c) Lutuin ang palaman sa loob ng 5 minuto sa isang maliit na kawali. Mash sa isang i-paste.

d) Alisin ang mga takip mula sa oven at sandok ang isang golf ball-sized na scoop ng filling sa bawat takip ng kabute.

e) Painitin muna ang oven sa 400°F at ihurno ang napunong mushroom cap sa loob ng 15 minuto.

f) Alisin sa oven, palamutihan ng basil at ihain kaagad.

4. Manchego Tortas kasama si Chorizo

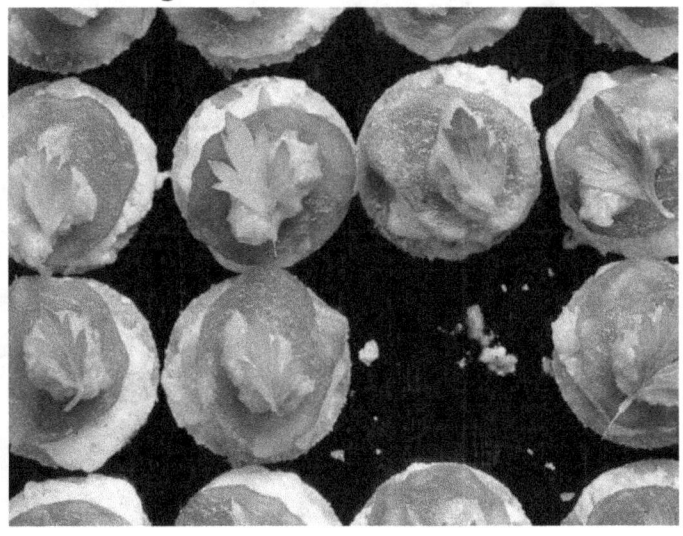

Yield: 16 Servings

Mga sangkap
- ½ tasang hiniwang almendras, inihaw
- 2 kutsarang suka ng sherry
- ½ kutsarita ng pinatuyong oregano
- ¼ kutsarita ng asin
- ¼ kutsarita ng dinurog na pulang paminta
- 1 kutsarang chipotle chile
- 2 malaking inihaw na pulang kampanilya, de-latang
- 1 sibuyas ng bawang
- ½ tasang extra-virgin olive oil
- 3 whole-wheat sandwich round
- 2 ounces Manchego cheese, inahit
- 4 oz. Spanish chorizo, gupitin sa 32 hiwa
- ⅓ tasa ng flat-leaf na dahon ng parsley

Direksyon:

a) Painitin muna ang oven para mag-ihaw.

b) Pulse ang unang 8 sangkap (hanggang sa bawang) hanggang sa maayos na pinagsama.

c) Habang tumatakbo ang food processor, dahan-dahang ibuhos ang mantika at iproseso hanggang makinis.

d) Gamit ang isang matalim na bilog na cookie cutter, gupitin ang 32 (1 1/4-pulgada) na bilog mula sa mga sandwich round.

e) Ilagay ang tinapay sa isang baking pan sa isang solong layer at itaas nang pantay na may keso.

f) Iprito ng 3 minuto, o hanggang matunaw ang keso. Alisin ang ulam mula sa oven.

g) Magdagdag ng 1 hiwa ng chorizo, 1/4 kutsarita ng romesco, at 1 dahon ng perehil sa bawat isa.

5. Oven Baked Apples

Magbubunga: 4

Mga sangkap:
- 4 na malalaking mansanas, may core
- 4 na kutsara ng brown sugar
- 1 kutsarita ng blackstrap molasses
- 1 kutsarang organic na puting asukal
- 1/8 kutsarita ng kanela
- 1 kutsarita ng langis ng niyog
- 1/4 tasa pinong tinadtad na mga walnuts
- 1 kutsarang tinadtad na petsa o pasas
- 1/4 tasa ng mainit na tubig

Direksyon:
a) Sa isang mixing dish, pagsamahin ang lahat ng sangkap maliban sa tubig hanggang sa mabuo ang isang paste.

b) Punan ang isang kawali sa kalahati ng tubig at idagdag ang mga mansanas.

c) Ilagay ang i-paste sa gitna ng bawat mansanas

d) Maghurno sa loob ng 30 minuto sa 350 degrees F, tingnan kung lambot gamit ang isang skewer.

e) Ibuhos ang likido sa isang kawali at bawasan ito sa isang syrup sa pamamagitan ng pagpapakulo nito.

f) Ibuhos ang mga mansanas na may syrup at ihain.

6. Inihurnong Falafel

Magbubunga: 8

Mga sangkap
- 15-19 oz. lata chickpeas, pinatuyo
- 1 maliit na sibuyas, tinadtad
- 2 cloves ng bawang, tinadtad
- 1 tablespoons ng sariwang perehil tinadtad
- 2 kutsarang all-purpose na harina
- 1 kutsarita ng kulantro
- 1 kutsarita ng kumin
- 1/2 kutsarita baking powder Asin at paminta
- 2 kutsarang langis ng oliba

Direksyon:
a) Painitin muna ang oven sa 350 degrees Fahrenheit.

b) Haluin ang lahat ng mga sangkap sa isang food processor upang bumuo ng isang makapal na paste-like consistency.

c) Roll sa ping pong-sized na bola at ilagay sa isang baking dish na nilagyan ng langis.

d) Maghurno ng 15-20 minuto, i-flip sa kalahati.

7. Cranberry at chili meatballs

Magbubunga: 8

Mga sangkap
- 1 pakete (12 oz.) Italian Meatballs
- 16 oz. maaari jellied cranberry sauce
- 1/3 tasa ng chili sauce
- 1 kutsarang Dijon mustard

Direksyon:
a) Init ang cranberry sauce, chili sauce, at Dijon mustard sa isang slow cooker.

b) Haluin ang mga bola-bola sa sarsa upang mabalot ang mga ito.

c) Magluto sa mataas sa loob ng 3 hanggang 4 na oras, o mababa sa loob ng 5 hanggang 6 na oras. maglingkod.

8. Enchilada

Magbubunga: 4

Mga sangkap

- 1½ tasa Diced, lutong pabo
- ¼ tasa tinadtad na berdeng sibuyas
- 1 tasang hinimay na jack cheese
- 4 oz. Mga pinatuyong berdeng sili
- ¾ tasa ng kulay-gatas o plain yogurt
- 2 kutsarang Langis
- ½ tasang tinadtad na sibuyas
- 1 sibuyas na bawang, tinadtad
- 2 kutsarita ng Chili powder
- ⅔ tasa ng tomato sauce
- ½ tasang sabaw ng manok
- 1 kutsarita ng Kumin
- ¼ kutsarita ng asin, kung ninanais
- 8 tortilla ng mais
- Langis, dagdag na keso
- Abukado para sa dekorasyon

Mga direksyon

a) Painitin muna ang oven sa 375°F.

b) Paghaluin ang pabo, berdeng sibuyas, keso, sili, at kulay-gatas o yogurt sa isang pinaghalong pinggan at itabi.

c) Igisa ang sibuyas sa mantika sa isang kawali o sauce pan hanggang sa ito ay halos lumambot. Idagdag ang bawang at haluing mabuti. 1 minuto ng pagluluto

d) Idagdag ang chili powder, tomato sauce, sabaw, kumin, at asin. Dalhin sa isang pigsa, pagpapakilos paminsan-minsan. Alisin ang kawali mula sa init.

e) Magprito ng tortillas sa mantika hanggang malambot kaysa malutong.

f) Maglagay ng manipis na layer ng pagpuno sa bawat tortilla at igulong ito.

g) Sa isang baking dish, ilagay ang tahi sa gilid pababa. Ipagpatuloy ang natitirang tortillas.

h) Ikalat ang natitirang sarsa sa itaas at sa itaas na may karagdagang keso.

i) Maghurno ng 10-15 minuto.

j) Ihain kasama ng avocado bilang palamuti.

9. Honey balsamic meatballs

Magbubunga: 6

Mga sangkap

- 1 pakete (22 oz.) Italian Meatballs
- 1/2 tasa ng balsamic vinegar
- 3/4 tasa ng ketchup
- 1/2 tasa ng brown sugar
- 1/4 tasa ng pulot
- 1 kutsarang Worcestershire sauce
- 1 kutsarang Dijon mustard
- 1/4 kutsarita ng bawang pulbos
- asin at itim na paminta sa panlasa

Direksyon:

a) Pagsamahin ang balsamic vinegar, ketchup, brown sugar, honey, Worcestershire sauce, Dijon mustard, garlic powder, asin, at paminta sa isang malaking kasirola sa medium-high heat. Dalhin sa isang pigsa, pagpapakilos paminsan-minsan.

b) Pakuluan ng 45 minuto sa mahinang apoy, o hanggang sa lumapot ang sarsa at mawala ang kagat ng suka.

c) Samantala, ihanda ang mga bola-bola ayon sa mga direksyon sa pakete.

d) Dahan-dahang ihalo ang mga nilutong bola-bola sa sarsa upang mabalot ang mga ito.

e) Ihain kaagad gamit ang mga toothpick.

10. Inihaw na Buto ng Kalabasa

Magbubunga: 1 1/2 tasa

Mga sangkap
- 2 tasang acorn squash seeds na may pulp
- 1 kutsarang extra-virgin olive oil
- 1/2 kutsarita ng magaspang na asin

Direksyon:

a) Painitin muna ang oven sa 300 degrees Fahrenheit.

b) Pagsamahin ang lahat ng sangkap sa isang malaking mixing bowl at ikalat sa isang layer sa isang parchment-lined rimmed baking sheet.

c) Maghurno ng 50 hanggang 60 minuto, pagpapakilos tuwing 15 minuto, hanggang ang mga buto ay malutong at ang pulp ay karamelo.

d) Hayaang lumamig nang lubusan, at pagkatapos ay ihain

11. Patatas na Spinach Ball

Magbubunga: 24

Mga sangkap
- 10 oz. tinadtad na kangkong
- 3 tasang natirang mashed Potatoes
- 2 itlog
- 1/4 kutsarita ng nutmeg
- 1/4 kutsarita ng cayenne pepper
- 1 tasang gadgad na paminta Jack cheese
- 1/2 tasa ng all-purpose na harina
- Asin at paminta para lumasa

Direksyon:

a) Painitin muna ang oven sa 450°F.

b) Pagsamahin ang patatas, spinach, at itlog sa isang medium mixing bowl hanggang sa ito ay makinis. Timplahan ng Nutmeg at cayenne pepper ayon sa panlasa.

c) Ihagis ang keso at 4 na kutsarang harina. Haluin hanggang ang harina ay maisama na lahat.

d) Ikalat ang natitirang harina sa isang plato at timplahan ng asin at paminta.

e) Gumawa ng 1-pulgadang bola mula sa pinaghalong spinach.

f) Pahiran ng harina ang mga bola at ilagay sa inihandang baking sheet.

g) Palamigin ang tray sa refrigerator sa loob ng 20 minuto.

h) Alisin ang mga bola mula sa refrigerator at bahagyang balutin ito ng cooking spray.

i) Maghurno para sa 12 hanggang 14 minuto, o hanggang sa ginintuang kayumanggi at matibay.

j) Ihain ng plain, o dinidilig ng lemon juice.

12. Asukal at Spice Nuts

Magbubunga: 3 tasa

Mga sangkap
- 1 tasang kasoy
- 1 tasang pecan halves
- 1 tasang tuyong inihaw na mani
- 1 itlog puti, bahagyang pinalo
- 1/4 tasa na naka-pack na light brown sugar
- 1/2 kutsarita ng giniling na kanela
- 1/4 kutsarita ng giniling na pulang paminta
- 1/2 tasa ng pinatuyong cranberry

Direksyon:

a) Painitin muna ang oven sa 325°F.

b) Gamit ang cooking spray, balutin ang isang rimmed baking sheet.

c) Pagsamahin ang cashews, pecans, at mani sa isang malaking mixing bowl. Ihagis ang puti ng itlog upang pantay-pantay ang mga mani.

d) Magdagdag ng asukal, kanela, at giniling na pulang paminta sa pinaghalong nut. Haluin hanggang ang lahat ng mga mani ay pantay na pinahiran, pagkatapos ay ikalat ang mga ito sa baking sheet sa isang solong layer.

e) Maghurno para sa 18 hanggang 20 minuto, pagpapakilos sa kalahati. Hayaang lumamig.

f) Ihagis ang mga tuyong cranberry kasama ang mga mani at ihain kaagad.

13. Bacon Pin-wheel Rolls

Magbubunga: 12

Mga sangkap
- 1 (8-onsa) na pakete ng crescent roll
- 1/4 tasa ng bacon bits
- 2 scallions, hiniwa ng manipis
- Parmesan cheese para sa pagwiwisik

Direksyon:
a) Painitin muna ang oven sa 375°F.

b) I-unroll ang kuwarta at kurutin ang mga tahi.

c) Ikalat ang bacon chunks at scallions sa kuwarta.

d) Roll at hiwain sa 1-inch makapal na hiwa.

e) Ilagay ang cut side down sa isang oiled baking sheet.

f) Maghurno ng 9 hanggang 11 minuto, o hanggang sa ginintuang kayumanggi sa itaas.

g) Alisin ang baking sheet mula sa oven at itaas na may keso.

h) Ihain kaagad.

14. Vegan Celery Salad Appetizer

Magbubunga: 4

Mga sangkap
- 1 tasa manipis na tinadtad na tangkay ng kintsay
- 1 kutsarang tinadtad na atsara
- 1 kutsarang vegan mayonnaise
- ¼ tasa ng itim na olibo
- 1 kutsarang capers
- Itim na paminta sa panlasa

Direksyon:
a) Sa isang malaking mangkok ng paghahalo, pagsamahin ang lahat ng mga sangkap sa isang paste-like consistency.

b) Kutsara ang isang kutsara ng pinaghalong sa isang cracker o dahon ng lettuce.

c) Magdagdag ng olive sa cracker, o likid ang dahon ng lettuce sa celery salad at i-secure gamit ang toothpick.

d) Ihain sa isang malaking pinggan.

15. Roman Cheesy Potato Chips

Yield: 8 Servings

Mga sangkap

- 1 (8-onsa) na potato chips
- 1 1/2 tasa Pecorino, pinong gadgad
- 1 kutsarang ground black pepper

Direksyon:

a) Painitin muna ang oven sa 425 degrees Fahrenheit.

b) Ayusin ang potato chips sa isang layer sa isang rimmed baking sheet.

c) Iwiwisik nang pantay-pantay ang kalahati ng keso sa mga chips.

d) Maghurno sa loob ng 4 na minuto, o hanggang matunaw ang keso at nagsisimula pa lang makulayan ang mga chips sa mga gilid.

e) Alisin mula sa oven at itaas na may natitirang keso at paminta.

f) Itabi upang palamig bago ilipat sa isang serving bowl.

16. Makikinang na Cranberry at Brie Bites

Yield: 16 Bites

Mga sangkap
- 2 tasang sariwang cranberry, banlawan
- 1 tasa magandang maple syrup
- 1 tasa ng butil na asukal
- 16 water crackers
- 8 ounces brie cheese
- 1/2 tasa ng sarap ng cranberry
- Sariwang mint, para sa dekorasyon

Direksyon:

a) Sa isang maliit na kasirola, init ang syrup at ibuhos ang mga cranberry sa itaas.

b) Gamit ang isang kutsara, dahan-dahang paikutin ang lahat ng mga berry. Hayaang lumamig, takpan, at ibabad magdamag sa refrigerator.

c) Alisan ng tubig ang mga cranberry sa isang colander sa susunod na araw.

d) Pagulungin ang kalahati ng mga cranberry sa asukal hanggang sa bahagyang sakop; ulitin sa natitirang cranberries.

e) Ilagay sa isang baking sheet at itabi ng isang oras upang matuyo.

f) Para makagawa, maglagay ng isang slice ng Brie, isang light layer ng cranberry chutney, at apat o limang sugared cranberry sa ibabaw ng crackers.

g) Magdagdag ng sariwang mint sprigs bilang palamuti.

17. Mga igos na may Bacon at Chile

Magbubunga: 8

Mga sangkap
- 5 ounces slab bacon, hiniwa
- 3 kutsarang purong maple syrup
- 8 hinog na sariwang igos, hinati nang pahaba
- 2 kutsarang suka ng sherry
- 1/2 kutsarita na durog na pulang paminta na mga natuklap

Direksyon:

a) Sa isang malaking nonstick skillet, lutuin ang mga tipak ng bacon hanggang kayumanggi at malutong, mga 8-10 minuto. Itabi.

b) Init ang maple syrup sa parehong kawali sa medium-high heat.

c) Ilagay ang mga igos sa isang solong layer sa kawali, gupitin pababa.

d) Magluto ng mga 5 minuto, regular na lumiko, hanggang ang mga igos ay medyo lumambot at nag-caramelize.

e) Ilagay ang mga hiwa ng igos sa gilid sa isang pinggan at pindutin ang mga piraso ng bacon sa ibabaw ng bawat igos.

f) Idagdag sa bacon, pepper flakes at suka, pagpapakilos upang isama.

g) Dalhin sa mababang init at lutuin, patuloy na pagpapakilos, para sa mga 1 minuto.

18. Fried Mashed Potato Balls

Magbubunga: 5

Mga sangkap
- 3 tasang natirang niligis na patatas
- 3 hiwa ng bacon, niluto at gumuho
- 2/3 tasang ginutay-gutay na cheddar cheese
- 2 kutsarang manipis na hiniwang chives
- 1/2 kutsarita ng pulbos ng bawang
- Kosher na asin
- Bagong giniling na itim na paminta
- 2 itlog, pinalo
- 1 1/3 c. panko bread crumbs
- Langis ng gulay, para sa pagprito

Direksyon:

a) Ihagis ang niligis na patatas na may nilutong bacon, cheddar, chives, at pulbos ng bawang sa isang malaking mangkok, tinimplahan ng asin at paminta.

b) Haluin hanggang ang lahat ng mga sangkap ay pinagsama.

c) Paghiwalayin ang mga itlog at panko sa maliliit na mangkok.

d) Mag-scoop ng 1" hanggang 2" na bola ng mashed potato mixture at igulong ang kuwarta sa iyong mga kamay, pagkatapos ay i-dredge sa itlog at panko.

e) Sa isang malaking cast iron skillet, painitin ang 3" na mantika hanggang sa mabasa ng 375° ang thermometer ng kendi.

f) Iprito ang mga bola ng patatas hanggang sa ginintuang kayumanggi sa lahat ng panig, mga 2 hanggang 3 minuto.

g) Patuyuin sa isang plato na may papel na tuwalya at timplahan ng karagdagang asin.

19. Kagat ng kamote

Magbubunga: 6--8

Mga sangkap
- 4 na kamote, binalatan at hiniwa
- 2 kutsarang tinunaw na mantikilya
- 1 kutsarita ng maple syrup
- Kosher na asin
- 1 (10-oz.) bag na marshmallow
- 1/2 c. kalahating pecan

Direksyon:
a) Painitin ang oven sa 400 degrees Fahrenheit.
b) Ihagis ang kamote na may tinunaw na mantikilya at maple syrup sa isang malaking baking sheet at ayusin sa pantay na layer. Timplahan ng asin at paminta.
c) Maghurno hanggang malambot, mga 20 minuto, baligtarin ang kalahati. Alisin.
d) Itaas ang bawat round ng kamote na may marshmallow at iprito ng 5 minuto.
e) Ihain kaagad na may kalahating pecan sa ibabaw ng bawat marshmallow.

20. Tex-Mex Cheesy Cornbread

Magbubunga: 8

Mga sangkap
- 1/2 tasa ng tinunaw na mantikilya
- 1 c. buttermilk
- 1/4 c. honey
- 2 malalaking itlog
- 1 c. all-purpose na harina
- 1 c. dilaw na cornmeal
- 2 1/2 kutsarita ng baking powder
- 1/4 kutsarita kosher salt
- 6 oz. pepper jack cheese, cubed
- Mga sariwang tinadtad na chives, para sa dekorasyon

Direksyon:

a) Mantikilya ang isang 10- o 12-inch na oven-safe na kawali at painitin ang oven sa 375°.

b) Sa isang medium mixing bowl, haluin ang buttermilk, tinunaw na mantikilya, honey, at itlog.

c) Pagsamahin ang harina, cornmeal, baking powder, at asin sa isang malaking mixing dish. Ibuhos ang mga basang sangkap sa tuyo at haluin hanggang sa maayos ang lahat.

d) Ikalat ang kalahati ng cornbread batter sa preheated skillet at pantay na iwiwisik ang pepper jack cheese sa ibabaw.

e) Ibuhos ang natitirang batter sa keso, pakinisin ito nang pantay-pantay.

f) Maghurno para sa 25 hanggang 30 minuto, o hanggang sa ginintuang at maluto.

g) Hayaang lumamig sa kawali sa loob ng 5 minuto bago palamutihan ng chives at gupitin sa mga parisukat.

21. Mga skewer ng tortellini ng keso

Magbubunga: 8

Mga sangkap
- 1 pakete (12 oz.) Keso Tortellini
- 1 tasang cherry tomatoes
- 1 tasang sariwang mozzarella balls
- 1/4-pound salami, hiniwa nang manipis
- 1/4 tasa sariwang dahon ng basil
- Dash balsamic glaze
- 8 tuhog na kahoy

Direksyon:

a) Pakuluan ang isang malaking kasirola ng tubig, pagkatapos ay lutuin ang tortellini ayon sa mga direksyon ng pakete.

b) Ilagay ang nilutong tortellini sa isang colander at takpan ng malamig na tubig hanggang umabot sa temperatura ng silid.

c) Itusok ang bawat item sa skewer at i-slide ito pababa sa ilalim ng skewer.

d) Bago ihain, ayusin ang mga skewer sa isang plato at ibuhos ang balsamic glaze.

22. Tuscan-style na meatball flatbread

Magbubunga: 4

Mga sangkap
- 1 pakete (16 oz.) Veal Meatballs
- 4 artisan flatbread crust
- 4 na sibuyas ng bawang, tinadtad
- 1 tasa ng manipis na hiniwang pulang sibuyas
- 2 tasang marinara sauce
- 1 kutsarang langis ng oliba
- 1 kutsarita tuyong Italian seasoning
- 10 oz. sariwang mozzarella logs, hiniwa
- 4 oz. buong gatas na ricotta cheese
- 4 na kutsara ng sariwang basil na hiniwang manipis

Direksyon:
a) Painitin muna ang oven sa 425 degrees Fahrenheit.

b) Lutuin ang mga bola-bola ayon sa mga direksyon ng pakete at pagkatapos ay itabi ang mga ito.

c) Init ang langis ng oliba sa isang malaking kawali sa katamtamang init, pagkatapos ay idagdag ang pulang sibuyas at bawang at lutuin, pagpapakilos paminsan-minsan, para sa 4-5 minuto, hanggang sa transparent at mabango.

d) Ihanda ang flatbread sa isang cookie sheet na nilagyan ng parchment paper.

e) Pantay-pantay na ikalat ang 1/2 cup marinara sauce sa bawat flatbread dough, pagkatapos ay timplahan ng tuyong Italian spice.

f) Maglagay ng 5-6 na hiwa ng mozzarella sa bawat flatbread.

g) Gupitin ang mga nilutong bola-bola sa mga bilog at pantay na ipamahagi ang mga ito sa bawat flatbread. Hatiin ang pulang sibuyas at bawang sa mga bola-bola.

h) Maghurno ng flat-bread sa loob ng 8 minuto. Alisin ang mga flat-bread mula sa oven at ikalat ang 4 na kutsarang ricotta cheese sa bawat isa, pagkatapos ay bumalik sa oven para sa isa pang 2 minuto upang mapainit ang ricotta.

i) Alisin ang flatbread mula sa oven, takpan ng sariwang basil, at itabi ng 2 minuto upang lumamig.

j) Gupitin at ihain kaagad.

23. Mga kagat ng inihurnong ravioli

Magbubunga: 4

Mga sangkap
- 1 pakete (24 oz.) Round Cheese Ravioli
- 1 tasang all-purpose na harina
- 2 buong itlog
- 1 kutsarita 2% gatas
- 2 tasang tinimplahan na breadcrumbs
- spray sa pagluluto
- sariwang parmesan cheese para sa dekorasyon
- Opsyonal na paghahatid ng mga sarsa: marinara, rantso, sarsa ng pizza, pesto, sarsa ng vodka.

Direksyon:
a) Painitin muna ang oven sa 450 degrees Fahrenheit.

b) Lutuin ang ravioli ayon sa mga direksyon ng pakete.

c) Pahiran ng cooking spray ang wire rack at ilagay ito sa baking sheet.

d) Sa isang maliit na mangkok ng paghahalo, pagsamahin ang harina, itlog, at gatas; sa isang hiwalay na maliit na mangkok ng paghahalo, pagsamahin ang mga breadcrumb.

e) I-dredge ang bawat ravioli sa harina at ipagpag ang labis na harina. Pagkatapos nito, balutin ang floured ravioli sa pinaghalong itlog.

f) Panghuli, igulong ang ravioli sa mga breadcrumb. I-spray ang magkabilang gilid ng breaded ravioli ng cooking spray bago ilagay sa wire rack.

g) Ihurno ang breaded ravioli sa loob ng 20-25 minuto, o hanggang maging golden brown at malutong.

h) Ilabas sa oven at ihain kaagad.

24. Mga slider ng meatball na toast ng bawang

Magbubunga: 8

Mga sangkap
- 1 pakete (26 oz.) Italian Meatballs
- 1 garapon ng marinara sauce
- 1 pakete ng frozen Texas toast
- 1 pakete ng hiniwang mozzarella cheese
- 8 sariwang dahon ng basil - tinadtad

Direksyon:
a) Painitin ang oven sa 400 degrees Fahrenheit.

b) Maghurno ng mga piraso ng toast ng Texas sa loob ng 4 na minuto sa isang baking sheet.

c) Alisin ang half-baked toast mula sa oven at ikalat ang 2 kutsarang marinara sauce sa bawat slice, na sinusundan ng 6 na bola-bola at isang slice ng mozzarella cheese. Panatilihin sa lugar gamit ang isang skewer.

d) Maghurno para sa isa pang 6 na minuto.

e) Hatiin ang bawat hiwa sa kalahati at budburan ng dahon ng basil.

f) Ihain kaagad.

25. Cheesy Ranch Pigs sa isang Blanket

Magbubunga: 16

Mga sangkap:

- 1 (8 oz.) lata ng crescent dough
- 16 Smokies sausage
- 8 hiwa ng mild cheddar cheese, gupitin sa ikaapat na bahagi
- 4 na kutsarang inasnan na mantikilya, natunaw
- 2 kutsarita ng dry ranch seasoning mix
- 3 kutsarang gadgad na Parmesan cheese

Direksyon:

a) Painitin ang oven sa 400 degrees Fahrenheit.

b) Gamit ang parchment paper, linya ng isang malaking baking sheet.

c) Paghiwalayin ang crescent roll dough triangles gamit ang rolling pin.

d) Upang makagawa ng 16 na mas maliit na tatsulok, gupitin ang bawat tatsulok sa kalahati.

e) I-roll up ang isang maliit na parisukat ng keso, na nilagyan ng sausage, simula sa mas malaking dulo ng bawat tatsulok. Ayusin sa isang baking sheet.

f) Pagsamahin ang mantikilya at ranch seasoning sa isang maliit na mangkok. Mantikilya ang mga tuktok ng crescent dough crescents

g) Itaas na may sprinkling ng Parmesan cheese.

h) Maghurno sa loob ng 14-16 minuto, o hanggang ang masa ay maging ginintuang kayumanggi at mahusay na luto. Ihain kaagad!

26. Green protein snack pot

Mga sangkap:
- 8 oz. edamame beans, frozen.
- 8 oz. mga gisantes, nagyelo.
- 4 na kutsarang linga.
- 4 na kutsarang toyo (mababang sodium).
- Chili sauce bilang ginustong, sa panlasa.
- Cilantro, opsyonal.

Direksyon:

a) Ilagay ang frozen na mga gisantes at edamame sa isang mangkok na ligtas sa microwave. Magsama ng isang splash ng tubig at mag-defrost sa microwave nang humigit-kumulang 30 segundo para umabot ito sa temperatura ng kuwarto.

b) Sa isang maliit na lalagyan, palayok o lalagyan, ilagay ang mga buto kasama ng mga gisantes at beans.

c) Haluin ang toyo, sili at cilantro bago kainin. Enjoy!

27. Kinagat ng quinoa muffin

Mga sangkap:

- 1 1/2 tasa na inihanda ng quinoa.
- 2 itlog, hinalo.
- 1/2 tasang katas ng kamote.
- 1/2 tasa ng black beans.
- 1 kutsarang tinadtad na cilantro.
- 1 kutsarita ng kumin.
- 1 kutsarita ng paprika.
- 1/2 kutsarita pulbos ng bawang.
- 1/2 kutsarita ng asin.
- 1/8 kutsarita ng itim na paminta.
- Spray sa pagluluto.

Direksyon:

a) Painitin muna ang hurno sa 350° F. idagdag ang lahat ng sangkap sa isang malaking mangkok at ihalo hanggang sa maisama ang lahat.

b) Kutsara ang timpla sa muffin lata gamit ang isang kutsara, at tapikin ang tuktok ng bawat isa. I-bake hanggang maluto at hawakan ng mga 15-20 minuto.

28. Mga bar ng protina ng Vegan

Mga sangkap:
- 1/3 tasa ng amaranto.
- 3 kutsarang vanilla o unflavored vegan protein powder.
- 1 1/2-2 Kutsarita ng maple syrup.
- 1 tasang velvety salted peanut o almond butter
- 2-3 kutsarang tinunaw na dark vegan na tsokolate.

Direksyon:

a) I-pop ang iyong amaranth sa pamamagitan ng pagpainit ng malaking kaldero sa katamtamang init.

b) Magdagdag ng peanut o almond butter at maple syrup sa isang medium mixing bowl at pukawin upang maisama.

c) Magdagdag ng protina pulbos at pukawin.

d) Isama ang pop amaranth nang paunti-unti hanggang sa magkaroon ka ng maluwag na "dough" texture. Maging maingat na huwag magsama ng labis o ang mga bar ay maaaring mawala ang kanilang pagkadikit at hindi magdikit.

e) Ilipat ang pinaghalong sa baking dish at pindutin pababa upang bumuo ng pantay na layer. Maglagay ng parchment paper o plastic wrap sa itaas at gumamit ng flat-bottom na mga bagay tulad ng isang likidong panukat na tasa upang idiin at i-load ang pinaghalong sa isang pantay, masikip na layer.

f) Ilipat sa freezer upang itakda sa loob ng 10-15 minuto o hanggang sa madikit. Pagkatapos ay itaas at hatiin sa 9 na bar. Magsaya sa kung ano man, o magbuhos ng kaunting tinunaw na dark chocolate.

g) Ang mga ito ay medyo malambot sa antas ng temperatura ng silid, kaya ilagay sa refrigerator (humigit-kumulang 5 araw) o sa freezer.

29. Kagat ng PB at J Energy

Mga sangkap:

- 1/2 tasa velvety salted peanut butter.
- 1/4 tasa ng maple syrup.
- 2 kutsarang vegan protein powder.
- 1 1/4 tasa ng gluten-free na rolled oats.
- 2 1/2 Kutsara ng flaxseed meal.
- 2 kutsarang chia seeds.
- 1/4 tasa ng pinatuyong prutas.

Direksyon:

a) Sa isang malaking mixing bowl, isama ang peanut butter, maple syrup, at protein powder, rolled oats, flaxseed meal, chia seeds, at pinatuyong prutas na mapagpipilian. Kung masyadong tuyo/mumog, magsama ng mas maraming peanut butter o maple syrup.

b) Palamigin sa refrigerator sa loob ng 5 minuto. Kumuha ng 1 1/2 na halaga ng kutsara at igulong sa mga bola. Ang "masa" ay dapat magbunga ng mga 13-14 na bola.

c) Mag-enjoy kaagad at mag-imbak ng mga natira sa refrigerator sa loob ng 1 linggo o sa freezer humigit-kumulang 1 buwan.

30. Inihaw na carrot hummus

Mga sangkap:
- 1 lata ng chickpeas, banlawan at pinatuyo.
- 3 karot.
- 1 sibuyas na bawang.
- 1 kutsarita ng paprika.
- 1 punong kutsara ng tahini.
- Ang juice ng 1 lemon
- 2 kutsara ng karagdagang virgin olive oil.
- 6 kutsarang tubig.
- 1/2 kutsarita cumin powder.
- Asin sa panlasa.

Direksyon:

a) Painitin ang hurno sa 400° F. Hugasan at alisan ng balat ang mga karot at gupitin sa maliliit na piraso, ilagay sa isang baking tray na may isang ambon ng langis ng oliba, isang kurot ng asin at kalahating kutsarita ng paprika. Maghurno ng mga 35 minuto hanggang sa malambot ang karot.

b) Alisin ang mga ito sa oven at hayaang lumamig.

c) Habang lumalamig ang mga ito, ihanda ang hummus: hugasan at patuyuin ng mabuti ang mga chickpeas at ilagay ang mga ito sa isang gilingan ng pagkain kasama ang iba pang aktibong sangkap at pamamaraan hanggang sa makita mo ang isang mahusay na pinagsamang timpla. Pagkatapos ay idagdag ang mga karot at ang bawang at pamamaraan muli!

31. Puffed quinoa bar

Mga sangkap:
- 3 kutsarang langis ng niyog.
- 1/2 tasa hilaw na pulbos ng kakaw.
- 1/3 tasa ng maple syrup.
- 1 kutsarang tahini
- 1 kutsarita ng kanela.
- 1 kutsarita ng vanilla powder.
- Asin sa dagat.

Direksyon:

a) Sa isang maliit na kawali sa katamtamang mababang init, tunawin ang langis ng niyog, hilaw na kakaw, tahini, kanela, maple sea, syrup, at vanilla salt nang magkasama hanggang sa maging mas makapal na halo ng tsokolate.

b) Ilagay ang chocolate sauce sa ibabaw ng pop na quinoa at ihalo nang maigi. I-scoop ang isang malaking kutsara ng chocolate crispies sa maliliit na baking cup.

c) Ilagay ang mga ito sa freezer nang hindi bababa sa 20 minuto upang tumigas. Mag-imbak sa freezer at mag-enjoy!

32. Shelled edamame dip

Mga sangkap:
- 1/2 tasa hiniwang pulang sibuyas.
- Katas ng 1 kalamansi.
- Asin sa dagat.
- Isang dakot ng cilantro.
- Diced na mga kamatis (opsyonal).
- Chili flakes.

Direksyon:

a) I-pulso lamang ang sibuyas sa isang blender sa loob ng ilang segundo. Pagkatapos ay idagdag ang natitira sa mga aktibong sangkap at pulso hanggang ang edamame ay pinaghalo sa malalaking bahagi.

b) Magsaya bilang isang spread sa toast, para sa isang sandwich, bilang isang sawsaw o bilang isang pesto sauce!

33. Mga tasa ng matcha cashew

Mga sangkap:
- 2/3 tasa ng cacao butter.
- 3/4 tasa ng cacao powder.
- 1/3 tasa ng maple syrup.
- 1/2 cup cashew butter, o anumang gusto mo.
- 2 kutsarita ng matcha powder.
- Asin sa dagat.

Direksyon:

a) Punan ang isang maliit na kawali na may 1/3 tasa ng tubig at ilagay ang isang mangkok sa itaas, na sumasakop sa kawali. Kapag mainit na ang bowl, at kumukulo na ang tubig sa ibaba, tunawin ang cacao butter sa loob ng bowl, buksan ang apoy at. Kapag natunaw na ito, alisin sa init, at ihalo ang maple syrup at cacao powder sa loob ng ilang minuto hanggang lumapot ang tsokolate.

b) Gamit ang isang medium-size na lalagyan ng cupcake, punan ang ilalim na layer ng isang malaking kutsara ng pinaghalong tsokolate. Kapag napuno mo na ang lahat ng lalagyan ng cupcake, ilagay ang mga ito sa freezer sa loob ng 15 minuto upang maitakda.

c) Kunin ang frozen na tsokolate mula sa freezer at ilagay ang 1 kutsarang sukat ng matcha/cashew butter dough sa ibabaw ng frozen chocolate layer. Sa sandaling tapos na ito, ibuhos ang nananatiling natunaw na tsokolate sa bawat dollop, upang masakop nito ang anuman. Budburan ng sea salt at ilagay ito sa freezer sa loob ng 15 minuto.

34. Mga hiwa ng chickpea choco

Mga sangkap:
- 400 g maaari chickpeas, anglaw, pinatuyo.
- 250 g almond butter.
- 70 ML ng maple syrup.
- 15 ML vanilla paste.
- 1 kurot na asin.
- 2 g baking powder.
- 2 g baking soda.
- 40 g vegan chocolate chips.

Direksyon:

a) Painitin muna ang oven sa 180° C/350° F.

b) Grasa ang malaking baking pan na may langis ng niyog.

c) Pagsamahin ang mga chickpeas, almond butter, maple syrup, vanilla, asin, baking powder, at baking soda sa isang food blender.

d) Haluin hanggang makinis. Haluin ang kalahati ng chocolate chips na ikalat ang batter sa inihandang baking pan.

e) Budburan ng reserved chocolate chips.

f) Maghurno ng 45-50 minuto o hanggang sa malinis na lumabas ang ipinasok na toothpick.

g) Palamigin sa wire rack sa loob ng 20 minuto. Hiwain at ihain.

35. Mga bar ng saging

Mga sangkap:
- 130 g makinis na peanut butter.
- 60 ML ng maple syrup.
- 1 saging, minasa.
- 45 ML ng tubig.
- 15 g ground flax seeds.
- 95 g lutong quinoa.
- 25 g chia seeds.
- 5 ML ng banilya.
- 90 g mabilis na pagluluto ng mga oats.
- 55 g buong-trigo na harina.
- 5 g baking powder.
- 5 g kanela.
- 1 kurot na asin.

Topping:
- 5 ML natunaw na langis ng niyog.
- 30 g vegan na tsokolate, tinadtad.

Direksyon:

a) Painitin muna ang oven sa 180° C/350° F.

b) Linya ng 16cm baking dish na may parchment paper.

c) Pagsamahin ang mga buto ng flax at tubig sa isang maliit na mangkok. Magtabi ng 10 minuto.

d) Sa isang hiwalay na mangkok, pagsamahin ang peanut butter, maple syrup, at saging. Tiklupin ang pinaghalong flax seeds.

e) Kapag mayroon kang makinis na timpla, ihalo ang quinoa, chia seeds, vanilla extract, oat, whole-wheat flour, baking powder, cinnamon, at asin.

f) Ibuhos ang batter sa inihandang baking dish. Gupitin sa 8 bar.

g) Maghurno ng mga bar sa loob ng 30 minuto.

h) Samantala, gawin ang topping; pagsamahin ang tsokolate at langis ng niyog sa isang mangkok na hindi tinatablan ng init. Ilagay sa kumukulong tubig, hanggang matunaw.

i) Alisin ang mga bar mula sa oven. Ilagay sa wire rack ng 15 minuto para lumamig. Alisin ang mga bar mula sa baking dish, at lagyan ng chocolate topping. maglingkod.

36. Mga protina na donut

Mga sangkap:

- 85 g harina ng niyog.
- 110 g vanilla flavored germinated brown rice protein powder.
- 25 g almond flour.
- 50 g maple sugar.
- 30 ML natunaw na langis ng niyog.
- 8 g baking powder.
- 115 ML ng soy milk.
- 1/2 kutsarita apple cider vinegar.
- 1/2 kutsarita vanilla paste.
- 1/2 kutsarita ng kanela.
- 30ml organikong sarsa ng mansanas.

Karagdagang:

- 30 g powdered coconut sugar.
- 10 g kanela.

Direksyon:

a) Sa isang mangkok, pagsamahin ang lahat ng mga tuyong sangkap.

b) Sa isang hiwalay na mangkok, haluin ang gatas na may applesauce, coconut oil, at cider vinegar.

c) Tiklupin ang mga basang sangkap sa tuyo at haluin hanggang sa maihalo nang lubusan.

d) Painitin ang oven sa 180° C/350° F at lagyan ng grasa ang 10-hole donut pan.

e) Ilagay ang inihandang batter sa isang greased donut pan.

f) Maghurno ng mga donut sa loob ng 15-20 minuto.

g) Habang mainit pa ang mga donut, budburan ng coconut sugar at cinnamon. Ihain nang mainit.

37. Cookie almond balls

Mga sangkap:
- 100 g almond meal.
- 60 g vanilla flavored rice protein powder.
- 80 g almond butter o anumang nut butter.
- 10 patak ng stevia.
- 15 ML ng langis ng niyog.
- 15 g cream ng niyog.
- 40 g vegan chocolate chips.

Direksyon:

a) Pagsamahin ang almond meal at protein powder sa isang malaking mangkok.

b) I-fold sa almond butter, Stevia, coconut oil, at coconut cream.

c) Kung ang timpla ay masyadong madurog, magdagdag ng ilang tubig. I-fold sa tinadtad na tsokolate at haluin hanggang sa pinagsama.

d) Hugis ang timpla sa 16 na bola.

e) Maaari mong karagdagang igulong ang mga bola sa almond flour.

38. Honey-sesame tofu

Mga sangkap:

- 12 ounces' extra-firm tofu, pinatuyo at tinapik tuyo.
- Langis o cooking spray.
- 2 kutsarang reduced-sodium soy sauce o tamari.
- 3 cloves ng bawang, tinadtad.
- 1 kutsarang pulot.
- 1 kutsarang gadgad na binalatan ng sariwang luya.
- 1 kutsarita toasted sesame oil.
- 1 pound green beans, pinutol.
- 2 kutsarang langis ng oliba.
- 1/4 kutsarita red pepper flakes (opsyonal).
- Kosher na asin.
- Bagong giniling na itim na paminta.
- 1 katamtamang scallion, hiniwa nang pino.
- 1/4 kutsarita sesame seeds.

Direksyon:

a) Itabi ng 10 hanggang 30 minuto. Haluin ang toyo o tamari, bawang, pulot, luya, at sesame oil nang magkasama sa isang malaking mangkok; itabi.

b) Gupitin ang tofu sa mga tatsulok at ilagay sa isang layer sa kalahati ng inihandang baking sheet. Ibuhos ang pinaghalong toyo. Maghurno hanggang golden-brown sa ibaba, 12 hanggang 13 minuto.

c) Baliktarin ang tokwa. Ilagay ang green beans sa isang layer sa kabilang kalahati ng baking sheet. Ibuhos ang langis ng oliba at i-spray ang mga natuklap na pulang paminta; timplahan ng asin at paminta.

d) Ibalik sa oven at maghurno hanggang sa maging golden-brown ang tofu sa 2nd side, 10 hanggang 12 minuto pa. Budburan ang scallion at sesame seeds at ihain kaagad.

39. Maanghang na Adobo na Paminta

Mga sangkap

- 4 tasang puting alak na suka
- 2 kutsarang pulot
- 1 kutsarita ng juniper berries
- 1 kutsarita buong cloves
- 2 kutsarita ng black peppercorns
- 2 tuyong dahon ng bay
- 3/4 pound Fresno chiles (pulang jalapeño peppers), binanlawan, natitira ang mga tangkay

Mga direksyon

a) Pagsamahin ang suka, honey, juniper berries, cloves, peppercorns, at bay leaves sa isang medium saucepan at pakuluan ang likido sa mataas na init. Bawasan ang apoy at pakuluan ang brine sa loob ng 10 minuto upang matunaw ang mga lasa. Idagdag ang mga sili at dagdagan ang init sa mataas upang ibalik ang brine sa pigsa. Bawasan ang apoy at pakuluan ang mga sili hanggang sa lumambot nang bahagya ngunit hawakan pa rin ang kanilang hugis, 4 hanggang 6 na minuto.

b) Patayin ang apoy at itabi ang mga sili upang palamig sa brine. Gamitin ang mga sili, o ilipat ang mga ito, kasama ang brining liquid, sa isang lalagyan ng airtight at palamigin nang hanggang ilang linggo.

40. Scuola di Pizza

Mga direksyon

a) Piliin kung aling (mga) pizza ang gusto mong gawin at ihanda ang lahat ng kinakailangang sangkap.

b) Alisin ang oven racks mula sa oven at maglagay ng pizza stone sa sahig ng oven. Ang isang pizza stone ay sumisipsip at namamahagi ng init nang pantay-pantay, na tumutulong sa iyong makamit ang isang malutong na crust. Bumili ng dekalidad na bato na hindi mabibitak sa sobrang init. Sa isang pakurot, gamitin ang ilalim ng isang makapal na baking sheet.

c) Painitin muna ang oven at ang bato sa 500°F, o kasing init ng iyong oven, nang hindi bababa sa 1 oras.

d) Gumawa ng istasyon ng pizza na may kasamang mga mangkok na puno ng langis ng oliba, kosher salt, at mga sangkap na kinakailangan para gawin ang mga pizza na iyong pinili.

e) Maghanda ng isang mangkok ng harina para sa pag-aalis ng alikabok sa iyong countertop.

f) Maghanda ng isang mangkok ng semolina para sa pag-aalis ng alikabok ng iyong balat ng pizza, isang tool na may mahabang hawakan at isang malaki, patag na metal o kahoy na ibabaw para sa mga sliding pizza sa loob at labas ng oven.

g) Kapag handa na ang iyong kuwarta, masaganang harina ang iyong ibabaw ng trabaho at ilagay ang isang bilog ng kuwarta sa gitna ng ibabaw ng harina. Bahagyang lagyan ng alikabok ang kuwarta ng harina.

h) Gamit ang iyong mga daliri na parang tina-tap mo ang mga piano key, dahan-dahang tapikin ang gitna ng kuwarta upang bahagyang patagin ito, na iniiwan ang isang 1-inch na rim na hindi nagalaw.

i) Kunin ang kuwarta, bolahin ang iyong magkabilang kamao, at ang iyong mga kamao ay nakaharap sa iyong katawan, ilagay ang tuktok na gilid ng kuwarta sa iyong mga kamao upang ang bilog ay bumababa sa likod ng iyong mga kamay, palayo sa kanila.

j) Ilipat ang bilog ng kuwarta sa paligid ng iyong mga kamao tulad ng mga kamay ng isang orasan upang ang kuwarta ay patuloy na umunat pababa sa isang bilog.

k) Kapag ang kuwarta ay umabot na sa halos 10 pulgadang diyametro, ihiga ito sa ibabaw na binubugan ng harina.

l) I-brush ang gilid ng kuwarta na may langis ng oliba at iwiwisik ang kosher salt sa ibabaw ng kuwarta.

m) Bihisan ang pizza, siguraduhing mag-iwan ng 1-pulgadang rim na walang sarsa o pang-ibabaw sa gilid.

n) Alikabok ng semolina ang balat ng pizza at i-slide ang balat ng pizza sa ilalim ng pizza sa isang tiyak na pagtulak. Mas malamang na mapunit o mali ang hugis ng kuwarta sa isang magandang pagtulak ng balat kaysa sa ilang pansamantalang pagtulak. Baguhin ang hugis ng pizza sa balat kung nawala ang hugis nito. Malumanay na kalugin ang alisan ng balat upang matukoy kung ang masa ay madaling ilabas sa oven. Kung ito ay dumidikit sa alisan ng balat, maingat na iangat ang isang bahagi ng kuwarta at magtapon ng ilang semolina sa ilalim nito. Gawin ito mula sa ilang iba't ibang mga anggulo hanggang sa may semolina sa ilalim ng buong crust.

o) Buksan ang pinto ng oven at i-slide ang kuwarta sa preheated pizza stone. Muling gumagalaw nang desidido, hilahin ang balat patungo sa iyo upang iwanan ang pizza sa bato.

p) Ihurno ang pizza hanggang sa ito ay maging ginintuang kayumanggi at ang cornice, o gilid, ay malutong at paltos, 8 hanggang 12 minuto. Ang oras ng pagluluto ay nag-iiba depende sa lakas ng iyong oven.

q) Habang nasa oven ang pizza, lagyan ng puwang ang malinis at tuyo na cutting board o maglagay ng aluminum pizza round sa counter para ilagay ang inihurnong pizza.

r) Kapag tapos na ang pizza, i-slide ang balat sa ilalim ng crust, alisin ito sa oven, at ilagay ito sa cutting board o bilog.

s) Gumamit ng rolling pizza cutter para i-cut ang pizza. Pinutol namin ang sa amin sa apat na wedges sa Pizzeria, ngunit para sa mga party madalas naming pinuputol ang mga ito sa anim o walong wedges para makakuha ang mga bisita ng isang slice ng pizza habang mainit ito.

41. Buricotta kasama ang Peperonata at Oregano

gumagawa ng 1 pizza

Mga sangkap

- 1 round ng Pizza Dough
- 1 kutsarang extra-virgin olive oil
- Kosher na asin
- 1 tasang peperonata
- 4 ounces buricotta, gupitin sa 4 pantay na segment, o sariwang ricotta
- 1 kutsarita sariwang dahon ng oregano
- extra-virgin olive oil
- 1 kutsarang asin sa dagat

Mga direksyon

a) Ihanda at iunat ang kuwarta at painitin muna ang oven.

b) Pahiran ng langis ng oliba ang gilid ng kuwarta at timplahan ng asin ang buong ibabaw. Ikalat ang peperonata sa ibabaw ng pizza, na nag-iiwan ng 1-pulgadang rim na walang anumang sahog sa ibabaw. Kung gumagamit ka ng ricotta, ilagay ito sa isang mangkok at pukawin ito nang masigla upang matuyo ito.

c) Maglagay ng isang bahagi ng buricotta o kutsara ang ricotta sa bawat kuwadrante ng pizza. I-slide ang pizza sa oven at maghurno hanggang ang crust ay maging golden brown at malutong, 8 hanggang 12 minuto. Alisin ang pizza mula sa oven at gupitin ito sa quarters, mag-ingat na huwag maputol ang keso.

d) Ikalat ang mga dahon ng oregano sa ibabaw ng pizza, ibuhos ang de-kalidad na langis ng oliba sa ibabaw ng keso, budburan ng sea salt, at ihain.

42. Patatas, Itlog, at Bacon

Mga sangkap

- 3 onsa maliit na Yukon Gold na patatas (mga 1 1/2 patatas)
- 1 round ng Pizza Dough
- 1 kutsarang extra-virgin olive oil
- Kosher na asin
- 2 ounces 'low-moisture mozzarella, gupitin sa 1/2-inch cube
- 3 onsa na ginutay-gutay na sottocenere al tartufo
- 1-onsa na fontina, gupitin sa 1/2-pulgada na mga cube
- 4 scallions, hiniwa ng manipis
- 2 makapal na hiwa ng applewood-smoked bacon
- 1 1/2 kutsarita sariwang dahon ng thyme
- 1 sobrang laking farm-fresh na itlog
- Tumpik na asin sa dagat

Mga direksyon

a) I-steam ang patatas hanggang sa madaling mabutas ng tinidor, mga 20 minuto. Alisin ang mga patatas at itabi ang mga ito hanggang sa lumamig na sila upang hawakan. Gumamit ng maliit, matalim na kutsilyo upang alisin ang balat mula sa patatas at itapon ang mga balat.

b) Hiwain ang mga patatas sa 1/4-pulgada na makapal na mga bilog at ilagay ang mga ito sa isang maliit na mangkok. Gamitin ang mga patatas o itabi ang mga ito upang lumamig sa temperatura ng silid, ilipat ang mga ito sa isang lalagyan ng airtight, at palamigin ng hanggang dalawang araw.

c) Ihanda at iunat ang kuwarta at painitin muna ang oven.

d) Pahiran ng langis ng oliba ang gilid ng kuwarta at timplahan ng asin ang buong ibabaw. Ikalat ang mozzarella, ang sottocenere, at fontina cube sa ibabaw ng pizza.

e) Ikalat ang mga hiwa ng scallion sa mga keso, ilagay ang mga hiwa ng patatas sa ibabaw ng mga scallion, at budburan ng asin ang mga hiwa ng patatas. Gupitin ang mga hiwa ng bacon sa kalahating crosswise at ilagay ang kalahati sa bawat quadrant ng pizza. Budburan ng 1 kutsarita ng dahon ng thyme ang pizza at ilagay ang pizza sa oven sa loob ng 5 minuto, o hanggang sa kalahating luto ang pizza. Hatiin ang itlog sa isang maliit na mangkok, alisin ang pizza mula sa oven at i-slide ang itlog sa gitna ng pizza. Ibalik ang pizza sa oven hanggang sa maging golden brown ang crust, 5 hanggang 7 minuto. Alisin ang pizza mula sa oven at gupitin ito sa apat na bahagi, huminto sa gilid ng itlog upang manatiling buo, at siguraduhin na ang bawat hiwa ng pizza ay makakakuha ng isang piraso ng bacon.

f) Budburan ang itlog ng asin sa dagat, iwisik ang natitirang dahon ng thyme sa pizza, at ihain.

43. Stracchino na may Artichokes, Lemon, at Olives

Mga sangkap

Para sa Artichokes

- 1 limon
- 4 ounces na baby artichokes (2 hanggang 3 artichokes)
- 1 kutsarang extra-virgin olive oil
- 1 kutsarang manipis na hiniwang sariwang dahon ng Italian parsley
- 1 malaking sibuyas ng bawang, pinong tinadtad

Para sa Pizza

- 1 round ng Pizza Dough
- 1 kutsarang extra-virgin olive oil
- Kosher na asin
- 2 ounces Stracchino, pinunit sa maliliit na tipak
- 1/2-ounce na low-moisture mozzarella, gupitin sa 1/2-inch cube
- 1 onsa pitted Taggiasche o Niçoise olives
- 1 kutsarita ng manipis na hiniwang sariwang dahon ng Italian parsley
- 1 limon

- Wedge ng Parmigiano-Reggiano, para sa rehas na bakal

- 1/2 tasa na maluwag na nakaimpake na arugula (mas maganda ang wild arugula)

Mga direksyon

a) Upang ihanda ang mga artichoke, punan ang isang malaking mangkok ng tubig. Gupitin ang lemon sa kalahati, pisilin ang juice sa tubig, at ihulog ang mga kalahati ng lemon sa tubig.

b) Alisin ang mga panlabas na dahon mula sa mga artichoke hanggang sa ikaw ay naiwan na may lamang mapusyaw na berdeng mga sentro. Putulin ang matigas na dulo ng tangkay, na nag-iiwan ng hanggang 1 o 2 pulgada na nakakabit. Gamit ang isang vegetable peeler o isang maliit na matalim na kutsilyo, ahit ang mga tangkay ng artichoke, na nagpapakita ng mapusyaw na berdeng panloob na mga tangkay. Gupitin ang 1/2 pulgada hanggang 3/4 pulgada mula sa dulo ng mga dulo ng mga dahon upang magkaroon sila ng mga patag na tuktok, at itapon ang lahat ng mga pinutol na dahon at mga piraso.

c) Gupitin sa itaas ng ibaba upang palabasin ang lahat ng mga dahon, alisin ang mga dahon at ilagay ang mga ito sa acidulated na tubig upang maiwasan ang mga ito na maging kayumanggi. Hatiin nang manipis ang mga tangkay at idagdag ang mga ito sa acidulated na tubig. Upang ihanda nang maaga ang mga artichoke, ilipat ang mga ito, kasama ang acidulated na tubig, sa isang lalagyan ng airtight at palamigin hanggang handa ka nang gamitin ang mga ito o hanggang dalawang araw.

Patuyuin ang mga dahon at tangkay. Patuyuin ang mangkok at ibalik ang mga artichoke sa mangkok. Idagdag ang langis ng oliba, perehil, at bawang at ihagis upang malagyan ng mga panimpla ang mga artichoke.

d) Upang ihanda ang pizza, ihanda at iunat ang kuwarta at painitin muna ang oven.

e) Pahiran ng langis ng oliba ang gilid ng kuwarta at timplahan ng asin ang buong ibabaw. Ikalat ang mga dahon ng artichoke sa ibabaw ng pizza upang takpan, na nag-iiwan ng 1-pulgadang hangganan ng pizza na walang pang-top. Ikalat ang stracchino, mozzarella, at olives sa mga dahon ng artichoke. I-slide ang pizza sa oven at maghurno hanggang matunaw ang keso at maging golden brown at malutong ang crust, 8 hanggang 12 minuto. Alisin ang pizza mula sa oven at gupitin ito sa apat na bahagi.

f) Budburan ang perehil sa ibabaw ng pizza at gumamit ng microplane o isa pang pinong kudkuran upang lagyan ng lemon zest ang ibabaw.

g) Grate ang isang light layer ng Parmigiano-Reggiano sa ibabaw ng pizza, ikalat ang arugula sa ibabaw, at ihain.

44. Si Bianca kasama sina Fontina, Mozzarella at Sage

Mga sangkap

- 1 kutsarang extra-virgin olive oil, at higit pa para sa pagprito ng dahon ng sambong
- Kosher na asin
- 1/4 tasa ng buong sariwang dahon ng sage, kasama ang 1 kutsarita ng tinadtad na sariwang dahon ng sage
- 1 bilog na Pizza Dough
- 2 tablespoons heavy whipping cream, whipped to soft peak
- 3 1/2 ounces sottocenere al tartufo, ginutay-gutay
- 1-onsa na fontina, gupitin sa 1/2-pulgada na mga cube
- 1-ounce na low-moisture mozzarella, gupitin sa 1/2-inch cube

Mga direksyon

a) Ibuhos ang sapat na langis ng oliba sa isang maliit na kawali o kasirola hanggang sa 1-pulgada ang lalim at lagyan ng mga tuwalya ng papel ang isang maliit na plato. Init ang mantika sa katamtamang init hanggang sa sumirit ang isang kurot na asin kapag nahulog dito. Idagdag ang buong dahon ng sage at iprito ng mga 30 segundo, hanggang sa malutong at matingkad na berde.

b) Gumamit ng slotted na kutsara upang alisin ang sambong mula sa mantika, ilipat sa mga tuwalya ng papel upang maubos, at timplahan ng asin.

c) Salain ang sage-infused oil sa pamamagitan ng fine-mesh strainer at i-reserve ito para iprito ang sage sa ibang pagkakataon o ibuhos sa mga inihaw na karne o gulay. Ang sambong ay maaaring iprito hanggang ilang oras nang maaga. Itago ito sa isang lalagyan ng airtight sa temperatura ng silid.

d) Ihanda at iunat ang kuwarta at painitin muna ang oven.

e) I-brush ang gilid ng kuwarta gamit ang 1 kutsarang langis ng oliba at timplahan ng asin ang buong ibabaw. Kutsara ang cream sa gitna ng kuwarta at gamitin ang likod ng kutsara upang ikalat ito sa ibabaw ng kuwarta, na nag-iiwan ng 1-pulgadang gilid na walang anumang cream.

f) Iwiwisik ang tinadtad na sage sa ibabaw ng cream, takpan ng ginutay-gutay na sottocenere, at ikalat ang fontina at mozzarella cubes sa ibabaw ng pizza. I-slide ang pizza sa oven at maghurno hanggang matunaw ang keso at maging golden brown at malutong ang crust, 8 hanggang 12 minuto.

g) Alisin ang pizza mula sa oven at maingat na ikiling ito sa isang plato upang maubos ang labis na mantika. Itapon ang langis. Gupitin ang pizza sa apat na bahagi, ikalat ang pinirito na dahon ng sambong sa ibabaw, at ihain.

45. Mga Bola ng Pizza

Servings: 10

Mga sangkap:

- 1 lb. durog na giniling na sausage
- 2 tasang Bisquick mix
- 1 tinadtad na sibuyas
- 3 tinadtad na sibuyas ng bawang
- $\frac{3}{4}$ kutsarita Italian seasoning
- 2 tasang ginutay-gutay na mozzarella cheese
- 1 $\frac{1}{2}$ tasa ng sarsa ng pizza - hinati
- $\frac{1}{4}$ tasa ng parmesan cheese

Direksyon:

a) Painitin ang hurno sa 400 degrees Fahrenheit.

b) Maghanda ng baking sheet sa pamamagitan ng pag-spray nito ng non-stick cooking spray.

c) Paghaluin ang sausage, Bisquick mix, sibuyas, bawang, Italian seasoning, mozzarella cheese, at 12 cup pizza sauce nang magkasama sa isang mixing bowl.

d) Pagkatapos nito, magdagdag lamang ng sapat na tubig upang magawa ito.

e) Pagulungin ang kuwarta sa mga 1-pulgadang bola.

f) Ibuhos ang parmesan cheese sa ibabaw ng mga bola ng pizza.

g) Pagkatapos nito, ilagay ang mga bola sa baking sheet na iyong inihanda.

h) Painitin ang oven sa 350°F at maghurno ng 20 minuto.

i) Ihain kasama ang natitirang pizza sauce sa gilid para isawsaw.

46. Italian chicken pastry kagat

Mga Servings: 8 Bundle

sangkap

- 1 lata Crescent Rolls (8 rolls)
- 1 tasang tinadtad, nilutong manok
- 1 kutsarang spaghetti sauce
- ½ kutsarita ng tinadtad na bawang
- 1 kutsarang Mozzarella cheese

Mga direksyon:

a) Painitin muna ang oven sa 350 degrees Fahrenheit. Pagsamahin ang manok, sarsa, at bawang sa isang kawali at lutuin hanggang uminit.

b) Mga tatsulok na ginawa mula sa magkahiwalay na crescent roll. Ipamahagi ang pinaghalong manok sa gitna ng bawat tatsulok.

c) Kung ninanais, ipamahagi ang keso sa katulad na paraan.

d) Pagsamahin ang mga gilid ng roll at balutin ang manok.

e) Sa isang baking stone, maghurno ng 15 minuto, o hanggang sa ginintuang.

47. Mga bola ng Arancini

Gumagawa ng 18

Mga sangkap

- 2 kutsarang langis ng oliba
- 15g unsalted butter
- 1 sibuyas, pinong tinadtad
- 1 malaking sibuyas ng bawang, durog
- 350g risotto rice
- 150ml dry white wine
- 1.2l mainit na stock ng manok o gulay
- 150g parmesan, pinong gadgad
- 1 lemon, pino ang zested
- 150g ball mozzarella, tinadtad sa 18 maliliit na piraso
- langis ng gulay, para sa deep-frying

Para sa patong

- 150g plain na harina
- 3 malalaking itlog, bahagyang pinalo
- 150g pinong pinatuyong breadcrumb

Mga direksyon:

a) Sa isang kasirola, init ang mantika at mantikilya hanggang mabula. Idagdag ang sibuyas at isang pakurot ng asin at lutuin ng 15 minuto, o hanggang lumambot at translucent, sa mahinang apoy.

b) Magluto ng isa pang minuto pagkatapos idagdag ang bawang.

c) Idagdag ang kanin at kumulo ng isa pang minuto bago idagdag ang alak. Dalhin ang likido sa isang pigsa at lutuin hanggang sa ito ay nabawasan ng kalahati.

d) Ibuhos ang kalahati ng stock at ipagpatuloy ang paghahalo hanggang sa masipsip ang karamihan sa likido.

e) Habang sinisipsip ng bigas ang likido, idagdag ang natitirang stock ng isang sandok sa isang pagkakataon, patuloy na pagpapakilos, hanggang sa maluto ang bigas.

f) Idagdag ang parmesan at lemon zest at timplahan ng asin at paminta ayon sa panlasa. Ilagay ang risotto sa isang lipped tray at itabi upang palamig sa temperatura ng kuwarto.

g) Hatiin ang pinalamig na risotto sa 18 pantay na bahagi, bawat isa ay halos kasing laki ng bola ng golf.

h) Sa iyong palad, patagin ang isang risotto ball at maglagay ng isang piraso ng mozzarella sa gitna, pagkatapos ay balutin ang keso sa kanin at gawin itong bola.

i) Ipagpatuloy ang natitirang mga risotto ball sa parehong paraan.

j) Sa tatlong mababaw na pinggan, pagsamahin ang harina, itlog, at breadcrumb. Ang bawat risotto ball ay dapat unahin ang floured, pagkatapos ay isawsaw sa mga itlog, at sa wakas ay breadcrumbs. Ilagay sa plato at itabi.

k) Punan ang isang malaki at mabigat na ilalim na kasirola sa kalahati ng langis ng gulay at painitin sa katamtamang mababang init hanggang sa 170°C ang temperatura ng pagluluto o ang isang piraso ng tinapay ay maging ginintuang kayumanggi sa loob ng 45 segundo.

l) Sa mga batch, ibaba ang mga bola ng risotto sa mantika at iprito sa loob ng 8-10 minuto, o hanggang sa ginintuang kayumanggi at matunaw sa gitna.

m) Ilagay sa tray na nilagyan ng malinis na kitchen towel at itabi.

n) Ihain ang arancini nang mainit o may simpleng tomato sauce para isawsaw ang mga ito.

48. Italian Nachos

Servings: 1

Mga sangkap

Alfredo Sauce

- 1 Tasa Kalahati at Kalahati
- 1 Tasang Malakas na Cream
- 2 kutsarang unsalted butter
- 2 cloves bawang tinadtad
- 1/2 tasa ng Parmesan
- Asin at paminta
- 2 kutsarang harina

Nachos

- Ang mga balot ng wonton ay pinutol sa mga tatsulok
- 1 manok na niluto at hinimay
- Ginisang Peppers
- Keso ng Mozzarella
- Mga olibo
- Parsley tinadtad
- Keso ng Parmesan
- Langis para sa pagprito ng mani o canola

Mga direksyon:

a) Idagdag ang unsalted butter sa isang saucepan at matunaw sa medium heat.

b) Haluin ang bawang hanggang matunaw ang lahat ng mantikilya.

c) Idagdag ang harina nang mabilis at patuloy na pukawin hanggang sa ito ay magkadikit at maging ginintuang.

d) Sa isang mangkok ng paghahalo, pagsamahin ang mabigat na cream at kalahati-at-kalahati.

e) Pakuluan, pagkatapos ay bawasan sa mahinang apoy at lutuin ng 8-10 minuto, o hanggang lumapot.

f) Timplahan ng asin at paminta.

g) Mga Wonton: Init ang mantika sa isang malaking kawali sa katamtamang init, halos 1/3 ng pataas.

h) Idagdag ang mga wonton nang paisa-isa at init hanggang sa bahagyang ginintuang ibaba, pagkatapos ay i-flip at lutuin ang kabilang panig.

i) Maglagay ng paper towel sa ibabaw ng drain.

j) Painitin ang oven sa 350°F at lagyan ng parchment paper ang isang baking sheet, na sinusundan ng wontons.

k) Magdagdag ng sarsa ng Alfredo, manok, paminta, at mozzarella cheese sa itaas.

l) Ilagay sa ilalim ng broiler sa iyong oven sa loob ng 5-8 minuto, o hanggang ang keso ay lubusang matunaw.

49. Italian Pepperoni Roll-ups

Servings 35

Mga sangkap

- 5 10" flour tortillas (spinach sun-dried tomato o puting harina)
- Lumambot ang cream cheese ng 16 ounces
- 2 kutsaritang tinadtad na bawang
- 1/2 tasa ng kulay-gatas
- 1/2 tasa ng Parmesan cheese
- 1/2 tasa Italian shredded cheese o mozzarella cheese
- 2 kutsarita ng Italian seasoning
- 16 onsa na hiwa ng pepperoni
- 3/4 tasa ng pinong tinadtad na dilaw at orange na paminta
- 1/2 tasa ng pinong tinadtad na sariwang mushroom

Mga direksyon:

a) Sa isang mixing basin, talunin ang cream cheese hanggang makinis. Pagsamahin ang bawang, sour cream, keso, at Italian seasoning sa isang mixing bowl. Haluin hanggang ang lahat ay maayos na pinaghalo.

b) Ikalat ang pinaghalong pantay-pantay sa 5 tortilla ng harina. Takpan ang buong tortilla ng pinaghalong keso.

c) Maglagay ng pepperoni layer sa ibabaw ng cheese mixture.

d) I-overlap ang pepperoni sa mga magaspang na hiniwang sili at mushroom.

e) Mahigpit na igulong ang bawat tortilla at balutin ito ng plastic wrap.

f) Itabi nang hindi bababa sa 2 oras sa refrigerator.

50. Cheesy Galette kasama si Salami

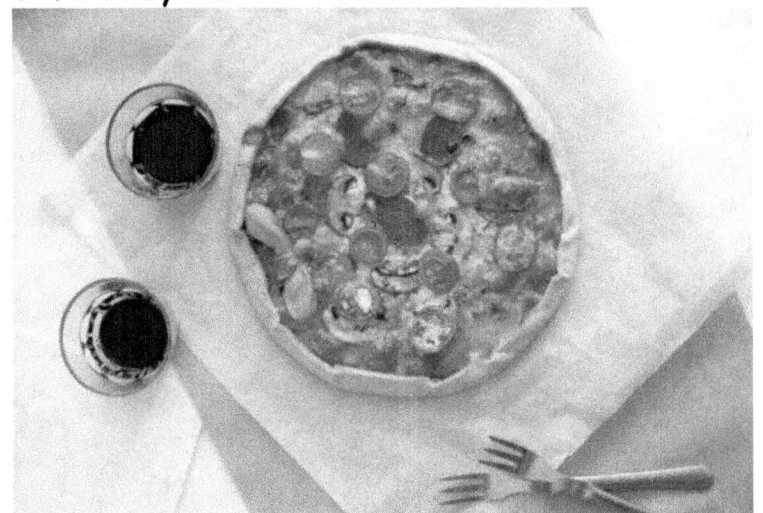

5 bahagi

Mga sangkap:

- 130 g mantikilya
- 300 g harina
- 1 kutsarita ng asin
- 1 itlog
- 80 ML ng gatas
- 1/2 kutsarita ng suka

pagpuno:

- 1 kamatis
- 1 matamis na paminta
- zucchini
- salami
- mozzarella
- 1 kutsarang langis ng oliba
- herbs (tulad ng thyme, basil, spinach)

Mga direksyon:

a) Cube up ang mantikilya.

b) Sa isang mangkok o kawali, pagsamahin ang mantika, harina, at asin at i-chop gamit ang kutsilyo.

c) Ihagis ang isang itlog, ilang suka, at ilang gatas.

d) Simulan ang pagmamasa ng kuwarta. Palamigin sa loob ng kalahating oras pagkatapos igulong ito sa isang bola at balutin ito ng plastic wrap.

e) Gupitin ang lahat ng filling Ingredient.

f) Ilagay ang pagpuno sa gitna ng isang malaking bilog ng kuwarta na inilabas sa baking parchment (maliban sa Mozzarella).

g) Ibuhos ang langis ng oliba at timplahan ng asin at paminta.

h) Pagkatapos ay maingat na iangat ang mga gilid ng kuwarta, balutin ang mga ito sa magkasanib na mga seksyon, at bahagyang pindutin ang mga ito.

i) Painitin ang oven sa 200°C at maghurno ng 35 minuto. Idagdag ang mozzarella sampung minuto bago matapos ang oras ng pagluluto at ipagpatuloy ang pagluluto.

j) Ihain kaagad!

51. Mozzarella fritters at spaghetti

sangkap

- 2 sibuyas ng bawang
- 1 bungkos ng sariwang perehil
- 3 sibuyas na salad; hiniwa ng manipis
- 225 gramo Lean minced pork
- 2 kutsarang sariwang gadgad na Parmesan
- 1 kutsarang Olive oil
- 150 gramo ng spaghetti o tagliatelle
- 100 mililitro Hot beef stock
- 400 gramo ay maaaring tinadtad na mga kamatis
- 1 kurot na Asukal at 1 dash Soy sauce
- Asin at paminta
- 1 Itlog
- 1 kutsarang Olive oil
- 75 mililitro ng Gatas
- 50 gramo ng Plain na harina
- 150 gramo ng pinausukang mozzarella
- Langis ng sunflower; para sa pagprito

- 1 limon

Direksyon:

a) Durugin ang bawang at i-chop ng pino ang perehil. Paghaluin ang mince, salad sibuyas, bawang, Parmesan, perehil at maraming asin at paminta.

b) Hugis sa walong matigas na bola.

c) Lutuin ang meatballs hanggang sa maging browned. Ibuhos sa stock.

d) Magluto ng pasta sa isang malaking kawali ng kumukulong tubig na inasnan.

52. Mga skewer ng tortellini ng keso

Magbubunga: 8

Mga sangkap
- 1 pakete (12 oz.) Keso Tortellini
- 1 tasang cherry tomatoes
- 1 tasang sariwang mozzarella balls
- 1/4-pound salami, hiniwa nang manipis
- 1/4 tasa sariwang dahon ng basil
- Dash balsamic glaze
- 8 tuhog na kahoy

Direksyon:

a) Pakuluan ang isang malaking kasirola ng tubig, pagkatapos ay lutuin ang tortellini ayon sa mga direksyon ng pakete.

b) Ilagay ang nilutong tortellini sa isang colander at takpan ng malamig na tubig hanggang umabot sa temperatura ng silid.

c) Itusok ang bawat item sa skewer at i-slide ito pababa sa ilalim ng skewer. Bago ihain, ayusin ang mga skewer sa isang plato at ibuhos ang balsamic glaze.

53. Tuscan-style na meatball flatbread

Magbubunga: 4

Mga sangkap
- 1 pakete (16 oz.) Veal Meatballs
- 4 artisan flatbread crust
- 4 na sibuyas ng bawang, tinadtad
- 1 tasa ng manipis na hiniwang pulang sibuyas
- 2 tasang marinara sauce
- 1 kutsarang langis ng oliba
- 1 kutsarita tuyong Italian seasoning
- 10 oz. sariwang mozzarella logs, hiniwa
- 4 oz. buong gatas na ricotta cheese
- 4 na kutsara ng sariwang basil na hiniwang manipis

Direksyon:

a) Painitin muna ang oven sa 425 degrees Fahrenheit.

b) Lutuin ang mga bola-bola ayon sa mga direksyon ng pakete at pagkatapos ay itabi ang mga ito.

c) Init ang langis ng oliba sa isang malaking kawali sa katamtamang init, pagkatapos ay idagdag ang pulang sibuyas at bawang at lutuin, pagpapakilos paminsan-minsan, para sa 4-5 minuto, hanggang sa transparent at mabango.

d) Ihanda ang flatbread sa isang cookie sheet na nilagyan ng parchment paper.

e) Pantay-pantay na ikalat ang 1/2 cup marinara sauce sa bawat flatbread dough, pagkatapos ay timplahan ng tuyong Italian spice.

f) Maglagay ng 5-6 na hiwa ng mozzarella sa bawat flatbread.

g) Gupitin ang mga nilutong bola-bola sa mga bilog at pantay na ipamahagi ang mga ito sa bawat flatbread. Hatiin ang pulang sibuyas at bawang sa mga bola-bola.

h) Maghurno ng flat-bread sa loob ng 8 minuto. Alisin ang mga flat-bread mula sa oven at ikalat ang 4 na kutsarang ricotta cheese sa bawat isa, pagkatapos ay bumalik sa oven para sa isa pang 2 minuto upang mapainit ang ricotta.

i) Alisin ang flatbread mula sa oven, takpan ng sariwang basil, at itabi ng 2 minuto upang lumamig.

j) Gupitin at ihain kaagad.

54. Mga slider ng meatball na toast ng bawang

Magbubunga: 8

Mga sangkap
- 1 pakete (26 oz.) Italian Meatballs
- 1 garapon ng marinara sauce
- 1 pakete ng frozen Texas toast
- 1 pakete ng hiniwang mozzarella cheese
- 8 sariwang dahon ng basil - tinadtad

Direksyon:

a) Painitin ang oven sa 400 degrees Fahrenheit.

b) Maghurno ng mga piraso ng toast ng Texas sa loob ng 4 na minuto sa isang baking sheet.

c) Alisin ang half-baked toast mula sa oven at ikalat ang 2 kutsarang marinara sauce sa bawat slice, na sinusundan ng 6 na bola-bola at isang slice ng mozzarella cheese. Panatilihin sa lugar gamit ang isang skewer.

d) Maghurno para sa isa pang 6 na minuto.

e) Hatiin ang bawat hiwa sa kalahati at budburan ng dahon ng basil.

f) Ihain kaagad.

55. Mga Seitan Pizza Cup

Gumagawa ng 2

Mga sangkap

- 1 oz. full fat cream cheese
- 1 1/2 tasa Whole milk mozzarella cheese
- 1 malaking itlog, pinalo
- 1 tasang almond flour
- 2 kutsarang harina ng niyog
- 1/3 tasa ng sarsa ng pizza
- 1/3 tasa ng ginutay-gutay na cheddar cheese
- 1/2 package seitan o mga 4 oz., diced

Mga direksyon

a) Painitin muna ang oven sa 400°F.

b) Pagsamahin ang cream cheese at mozzarella sa isang malaking microwave-safe bowl at microwave sa loob ng 1 minuto, ihalo nang maraming beses.

c) Idagdag ang pinalo na itlog at parehong harina, at mabilis na haluin hanggang sa mabuo ang bola. Masahin gamit ang kamay hanggang sa bahagyang malagkit.

d) Hatiin ang kuwarta sa 8 piraso. Maglagay ng piraso sa pagitan ng dalawang sheet ng greased na parchment paper at igulong gamit ang rolling pin.

e) Pindutin ang bawat piraso ng kuwarta sa greased muffin lata upang bumuo ng maliliit na dough cup.

f) Maghurno ng 15 minuto o hanggang mag-golden brown.

g) Alisin sa oven at budburan ang bawat isa ng sarsa ng pizza, cheddar, at seitan. Ibalik sa oven sa loob ng limang minuto hanggang matunaw ang keso.

h) Alisin mula sa muffin tins at ihain.

56. Malutong na hipon fritters

Nagsisilbi 6

Mga sangkap:

- ½ kilo na maliit na hipon, binalatan
- 1½ tasa ng chickpea o regular na harina
- 1 kutsarang tinadtad na sariwang flat-leaf parsley
- 3 scallion, puting bahagi at kaunti sa malambot na berdeng tuktok, pinong tinadtad
- ½ kutsarita ng matamis na paprika/pimenton
- asin
- Langis ng oliba para sa deep-frying

Mga direksyon:

a) Iluto ang hipon sa isang kasirola na may sapat na tubig upang matakpan ang mga ito at pakuluan sa mataas na apoy.

b) Sa isang mangkok o food processor, pagsamahin ang harina, perehil, scallion, at pimentón upang makagawa ng batter. Idagdag ang pinalamig na tubig sa pagluluto at isang pakurot ng asin.

c) Haluin o iproseso hanggang sa magkaroon ka ng texture na medyo mas makapal kaysa pancake batter. Palamigin ng 1 oras pagkatapos takpan.

d) Kunin ang hipon sa refrigerator at hiwain ng pino. Ang mga giling ng kape ay dapat na ang laki ng mga piraso.

e) Alisin ang batter sa refrigerator at ihalo ang hipon.

f) Sa isang mabigat na kawali, ibuhos ang langis ng oliba sa lalim na humigit-kumulang 1 pulgada at init sa sobrang init hanggang sa halos umusok na ito.

g) Para sa bawat fritter, ibuhos ang 1 kutsara ng batter sa mantika at patagin ang batter gamit ang likod ng isang kutsara sa isang pabilog na 3 1/2 pulgada ang lapad.

h) Magprito ng humigit-kumulang 1 minuto sa bawat panig, paikutin nang isang beses, o hanggang sa maging ginintuang at malutong ang mga fritter.

i) Alisin ang mga fritter gamit ang slotted na kutsara at ilagay sa ovenproof dish.

j) Ihain kaagad.

57. Mga pinalamanan na kamatis

Mga sangkap:

- 8 maliliit na kamatis, o 3 malalaking kamatis
- 4 hard-boiled na itlog, pinalamig at binalatan
- 6 na kutsarang Aioli o mayonesa
- Asin at paminta
- 1 kutsarang perehil, tinadtad
- 1 kutsarang puting breadcrumbs, kung gumagamit ng malalaking kamatis

Mga direksyon:

a) Ilubog ang mga kamatis sa isang palanggana ng may yelo o sobrang lamig na tubig pagkatapos balatan ang mga ito sa isang kawali ng kumukulong tubig sa loob ng 10 segundo.

b) Gupitin ang tuktok ng mga kamatis. Gamit ang isang kutsarita o isang maliit, matalim na kutsilyo, simutin ang mga buto at loob.

c) I-mash ang mga itlog na may Aioli (o mayonesa, kung gumagamit), asin, paminta, at perehil sa isang mangkok ng paghahalo.

d) Lagyan ng laman ang mga kamatis, pindutin nang mahigpit ang mga ito. Palitan ang mga talukap ng mata sa isang masiglang anggulo sa maliliit na kamatis.

e) Punan ang mga kamatis sa itaas, pindutin nang mahigpit hanggang sa sila ay magkapantay. Palamigin ng 1 oras bago hiwain sa mga singsing gamit ang isang matalim na kutsilyong inukit.

f) Palamutihan ng perehil.

58. Salt cod fritters na may Aioli

Nagsisilbi 6

Mga sangkap:
- 1 lb. asin na bakalaw, ibinabad
- 3 1/2 oz. pinatuyong puting breadcrumbs
- 1/4 lb. floury patatas
- Langis ng oliba, para sa mababaw na pagprito
- 1/4 tasa ng gatas
- Lemon wedges at dahon ng salad, upang ihain
- 6 na sibuyas na sibuyas na pinong tinadtad
- Aioli

Mga direksyon:

a) Sa isang kawali ng bahagyang inasnan na tubig na kumukulo, lutuin ang mga patatas, hindi binalatan, nang mga 20 minuto, o hanggang malambot. Alisan ng tubig.

b) Balatan ang mga patatas sa sandaling lumamig na sila, pagkatapos ay i-mash gamit ang isang tinidor o isang potato masher.

c) Sa isang kasirola, pagsamahin ang gatas, kalahati ng mga spring onion, at pakuluan. Idagdag ang babad na bakalaw at i-poach sa loob ng 10-15 minuto, o hanggang madali itong matuklap. Alisin ang bakalaw mula sa kawali at i-flake ito sa isang mangkok na may tinidor, alisin ang mga buto at balat.

d) Ihagis sa 4 na kutsarang niligis na patatas ang bakalaw at ihalo sa kahoy na kutsara.

e) Gumalaw sa langis ng oliba, pagkatapos ay unti-unting idagdag ang natitirang mashed patatas. Pagsamahin ang natitirang spring onions at parsley sa isang mixing bowl.

f) Upang tikman, timplahan ng lemon juice at paminta.

g) Sa isang hiwalay na mangkok, talunin ang isang itlog hanggang sa mahusay na timpla, pagkatapos ay palamigin hanggang solid.

h) Pagulungin ang pinalamig na pinaghalong isda sa 12-18 na bola, pagkatapos ay malumanay na patagin sa maliliit na bilog na cake.

i) Ang bawat isa ay dapat unahin ang harina, pagkatapos ay isawsaw sa natitirang pinalo na itlog at tapusin sa mga tuyong breadcrumb.

j) Palamigin hanggang handa nang iprito.

k) Sa isang malaki at mabigat na kawali, magpainit ng humigit-kumulang 3/4-pulgada na mantika. Lutuin ang mga fritter sa loob ng halos 4 na minuto sa medium-high heat.

l) Ibalik ang mga ito at lutuin para sa isa pang 4 na minuto, o hanggang sa malutong at ginintuang sa kabilang panig.

m) Patuyuin sa mga tuwalya ng papel bago ihain kasama ng Aioli, lemon wedges, at dahon ng salad.

59. Mga croquette ng hipon

Gumagawa ng mga 36 na yunit

Mga sangkap:

- 3 1/2 oz. mantikilya
- 4 oz. harina
- 1 1/4 pints malamig na gatas
- Asin at paminta
- 14 oz. nilutong binalatan na hipon, diced
- 2 kutsaritang tomato puree
- 5 o 6 na kutsarang pinong breadcrumbs
- 2 malalaking itlog, pinalo
- Langis ng oliba para sa deep-frying

Mga direksyon:

a) Sa isang medium saucepan, matunaw ang mantikilya at idagdag ang harina, patuloy na pagpapakilos.

b) Dahan-dahang ibuhos ang pinalamig na gatas, patuloy na pagpapakilos, hanggang sa magkaroon ka ng makapal at makinis na sarsa.

c) Idagdag ang mga hipon, timplahan ng asin at paminta, pagkatapos ay ihalo ang tomato paste. Magluto ng isa pang 7 hanggang 8 minuto.

d) Kumuha ng isang maliit na kutsara ng mga sangkap at igulong ito sa isang 1 1/2 - 2-pulgadang cylinder croquet.

e) Pagulungin ang mga croquet sa breadcrumbs, pagkatapos ay sa pinalo na itlog, at huling sa breadcrumbs.

f) Sa isang malaki at mabigat na ilalim na kawali, initin ang mantika para sa deep-frying hanggang umabot sa 350°F o ang isang cube ng tinapay ay nagiging golden brown sa loob ng 20-30 segundo.

g) Magprito ng halos 5 minuto sa mga batch na hindi hihigit sa 3 o 4 hanggang sa ginintuang kayumanggi.

h) Gamit ang slotted na kutsara, alisin ang manok, patuyuin sa papel ng kusina, at ihain kaagad.

60. Malutong na spiced na patatas

Nagsisilbi: 4

Mga sangkap:

- 3 kutsarang langis ng oliba
- 4 Russet na patatas, binalatan, at pinutol
- 2 kutsarang tinadtad na sibuyas
- 2 cloves ng bawang, tinadtad
- Asin at sariwang giniling na itim na paminta
- 1 1/2 kutsarang Spanish paprika
- 1/4 kutsarita ng Tabasco Sauce
- 1/4 kutsarita ng ground thyme
- 1/2 tasa ng Ketchup
- 1/2 tasa ng mayonesa
- Tinadtad na perehil, upang palamutihan
- 1 tasa ng langis ng oliba, para sa pagprito

Mga direksyon:

Ang brava sauce:

a) Init ang 3 kutsarang langis ng oliba sa isang kasirola sa katamtamang init. Igisa ang sibuyas at bawang hanggang sa lumambot ang sibuyas.

b) Alisin ang kawali mula sa apoy at ihalo ang paprika, sarsa ng Tabasco, at thyme.

c) Sa isang mangkok ng paghahalo, pagsamahin ang ketchup at mayonesa.

d) Sa panlasa, timplahan ng asin at paminta. Alisin sa equation.

Ang mga patatas:

e) Banayad na timplahan ang patatas na may asin at itim na paminta.

f) Iprito ang mga patatas sa 1 tasa ng langis ng oliba sa isang malaking kawali hanggang sa ginintuang kayumanggi at maluto, paminsan-minsang ihahagis.

g) Patuyuin ang mga patatas sa mga tuwalya ng papel, tikman ang mga ito, at timplahan ng dagdag na asin kung kinakailangan.

h) Upang panatilihing malutong ang patatas, pagsamahin ang mga ito sa sarsa bago ihain.

i) Ihain nang mainit, pinalamutian ng tinadtad na perehil.

61. Mga gamba ng hipon

Nagsisilbi 6

Mga sangkap:

- 1/2 tasa ng langis ng oliba
- Juice ng 1 lemon
- 2 kutsarita ng asin sa dagat
- 24 katamtamang laki ng hipon, sa shell na buo ang mga ulo

Mga direksyon:

a) Sa isang mangkok ng paghahalo, pagsamahin ang langis ng oliba, lemon juice, at asin at pukawin hanggang sa lubusan na pinagsama. Upang bahagyang mabalot ang hipon, isawsaw ang mga ito sa pinaghalong sa loob ng ilang segundo.

b) Sa isang tuyong kawali, init ang mantika sa mataas na apoy. Nagtatrabaho sa mga batch, idagdag ang hipon sa isang layer nang hindi sinisiksik ang kawali kapag ito ay napakainit. 1 minutong paglalagablab

c) Bawasan ang init sa katamtaman at lutuin ng karagdagang minuto. Palakihin ang init sa mataas at painitin ang hipon para sa isa pang 2 minuto, o hanggang sa ginintuang.

d) Panatilihing mainit ang hipon sa isang mababang oven sa isang ovenproof na plato.

e) Lutuin ang natitirang hipon sa parehong paraan.

62. Tahong vinaigrette

Servings: Gumagawa ng 30 tapas

Mga sangkap:

- 2 1/2 dozen na tahong, kinuskos at inalis ang mga balbas Ginutay-gutay na litsugas
- 2 kutsarang tinadtad na berdeng sibuyas
- 2 kutsarang tinadtad na berdeng paminta
- 2 kutsarang tinadtad na pulang paminta
- 1 kutsarang tinadtad na perehil
- 4 na kutsarang langis ng oliba
- 2 kutsarang suka o lemon juice
- Dash ng red pepper sauce
- Asin sa panlasa

Mga direksyon:

a) Pasingawan ang mga tahong bukas.

b) Ilagay ang mga ito sa isang malaking palayok ng tubig. Takpan at lutuin sa mataas na apoy, haluin ang kawali paminsan-minsan, hanggang sa bumukas ang mga shell. Alisin ang mga tahong mula sa apoy at itapon ang mga hindi nagbubukas.

c) Ang mga tahong ay maaari ding painitin sa microwave para mabuksan ang mga ito. I-microwave ang mga ito sa loob ng isang minuto sa maximum na lakas sa isang microwave-safe na mangkok, bahagyang natatakpan.

d) Microwave para sa isa pang minuto pagkatapos ng paghahalo. Alisin ang anumang tahong na nabuksan at lutuin ng isa pang minuto sa microwave. Alisin muli ang mga bukas.

e) Alisin at itapon ang mga walang laman na shell kapag sapat na ang lamig para mahawakan.

f) Sa isang serving tray, ilagay ang mga mussel sa isang higaan ng ginutay-gutay na litsugas bago ihain.

g) Pagsamahin ang sibuyas, berde at pulang paminta, perehil, mantika, at suka sa isang pinaghalong ulam.

h) Salt at red pepper sauce sa panlasa. Punan ang mga shell ng tahong sa kalahati ng pinaghalong.

63. Mga paminta na pinalamanan ng bigas

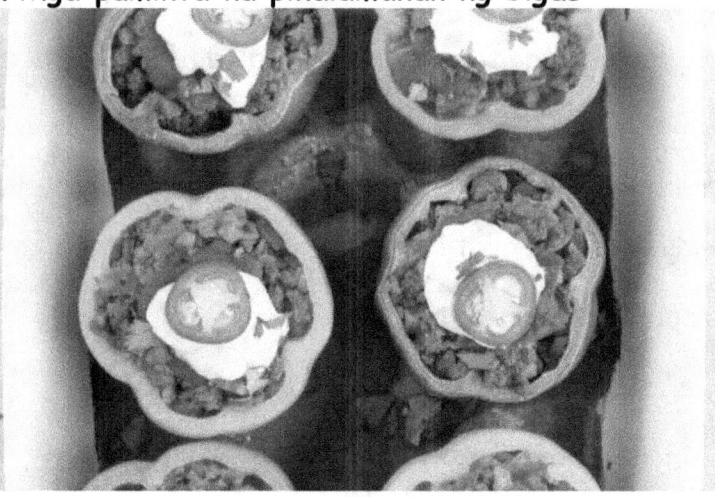

Servings: 4

Mga sangkap:

- 1 lb. 2 oz. short-grained Spanish Rice, tulad ng Bomba o Calasparra
- 2-3 kutsarang langis ng oliba
- 4 malalaking pulang paminta
- 1 maliit na pulang paminta, tinadtad
- 1/2 sibuyas, tinadtad
- 1/2 kamatis, balat at tinadtad
- 5 oz. tinadtad / tinadtad na baboy o 3 oz. bakalaw ng asin
- Safron
- Tinadtad na sariwang perehil
- asin

Mga direksyon:

a) Kuskusin ang mga panloob na lamad gamit ang isang kutsarita pagkatapos putulin ang mga dulo ng tangkay ng mga sili at i-save ang mga ito bilang mga talukap upang muling ilagay sa ibang pagkakataon.

b) Init ang mantika at dahan-dahang igisa ang pulang paminta hanggang sa lumambot.

c) Iprito ang sibuyas hanggang lumambot, pagkatapos ay idagdag ang karne at bahagyang kayumanggi ito, idagdag ang kamatis pagkatapos ng ilang minuto, pagkatapos ay idagdag ang lutong paminta, hilaw na bigas, safron, at perehil. Timplahan ng asin ayon sa panlasa.

d) Maingat na punan ang mga sili at ilagay ang mga ito sa kanilang mga gilid sa isang ovenproof dish, maging maingat na hindi matapon ang pagpuno.

e) Magluto ng ulam sa isang mainit na hurno para sa mga 1 1/2 oras, na sakop.

f) Ang kanin ay niluto sa mga likido ng kamatis at paminta.

64. Calamari na may rosemary at chilli oil

Servings: 4

Mga sangkap:

- Extra virgin olive oil
- 1 bungkos ng sariwang rosemary
- 2 buong pulang sili, tinanggalan ng binhi at pinong tinadtad na 150ml solong cream
- 3 pula ng itlog
- 2 kutsarang gadgad na Parmesan cheese
- 2 kutsarang plain flour
- Asin at sariwang giniling na itim na paminta
- 1 sibuyas ng bawang, binalatan at durog
- 1 kutsarita ng tuyo na oregano
- Langis ng gulay para sa deep-frying
- 6 Pusit, nilinis at pinutol ng mga singsing
- asin

Mga direksyon:

a) Upang gawin ang dressing, init ang langis ng oliba sa isang maliit na kasirola at ihalo ang rosemary at sili. Alisin sa equation.

b) Sa isang malaking mixing bowl, haluin ang cream, egg yolks, parmesan cheese, harina, bawang, at oregano. Haluin hanggang makinis ang batter. Timplahan ng itim na paminta, sariwang giniling.

c) Painitin muna ang mantika sa 200°C para sa deep-frying, o hanggang ang isang cube ng tinapay ay maging brown sa loob ng 30 segundo.

d) Isawsaw ang mga singsing ng pusit, nang paisa-isa, sa batter at maingat na ilagay ang mga ito sa mantika. Magluto hanggang sa ginintuang kayumanggi, mga 2-3 minuto.

e) Patuyuin sa papel sa kusina at ihain kaagad na may ibinuhos na dressing sa ibabaw. Kung kinakailangan, timplahan ng asin.

65. Tortellini Salad

Servings: 8

Mga sangkap:
- 1 pakete na may tatlong kulay na cheese tortellini
- ½ tasang diced pepperoni
- ¼ tasang hiniwang scallion
- 1 diced green bell pepper
- 1 tasa ng kalahating cherry tomatoes
- 1¼ tasang hiniwang Kalamata olive
- ¾ tasa tinadtad na adobong pusong artichoke
- 6 oz. diced mozzarella cheese
- 1/3 tasa Italian dressing

Mga direksyon:

a) Lutuin ang tortellini ayon sa mga direksyon ng pakete, pagkatapos ay alisan ng tubig.

b) Ihagis ang tortellini kasama ang mga natitirang Sangkap, hindi kasama ang dressing, sa isang malaking mixing bowl.

c) Ibuhos ang dressing sa itaas.

d) Magtabi ng 2 oras upang palamig.

66. Caprese Pasta Salad

Servings: 8

Mga sangkap:

- 2 tasang nilutong penne pasta
- 1 tasang pesto
- 2 tinadtad na kamatis
- 1 tasang diced mozzarella cheese
- Asin at paminta para lumasa
- 1/8 kutsarita ng oregano
- 2 kutsarita ng red wine vinegar

Mga direksyon:

a) Lutuin ang pasta ayon sa mga direksyon ng pakete, na dapat tumagal nang humigit-kumulang 12 minuto. Alisan ng tubig.

b) Sa isang malaking mixing bowl, pagsamahin ang pasta, pesto, kamatis, at keso; timplahan ng asin, paminta, at oregano.

c) Ibuhos ang suka ng red wine sa itaas.

d) Itabi ng 1 oras sa refrigerator.

67. Balsamic Bruschetta

Servings: 8

Mga sangkap:

- 1 tasang tinanggalan ng binhi at diced na kamatis ng Roma
- ¼ tasa tinadtad na basil
- ½ tasang ginutay-gutay na pecorino cheese
- 1 tinadtad na sibuyas ng bawang
- 1 kutsarang balsamic vinegar
- 1 kutsarita ng langis ng oliba
- Asin at paminta sa panlasa - mag-ingat, dahil ang keso ay medyo maalat sa sarili nitong.
- 1 hiniwang tinapay ng French bread
- 3 kutsarang langis ng oliba
- ¼ kutsarita ng pulbos ng bawang
- ¼ kutsarita ng basil

Mga direksyon:

a) Sa isang mixing dish, pagsamahin ang mga kamatis, basil, pecorino cheese, at bawang.

b) Sa isang maliit na mangkok ng paghahalo, haluin ang suka at 1 kutsarang langis ng oliba; isantabi. c) Ibuhos ang mga hiwa ng tinapay na may langis ng oliba, pulbos ng bawang, at basil.

c) Ilagay sa isang baking pan at i-toast ng 5 minuto sa 350 degrees.

d) Ilabas sa oven. Pagkatapos ay idagdag ang pinaghalong kamatis at keso sa itaas.

e) Kung kinakailangan, timplahan ng asin at paminta.

f) Ihain kaagad.

68. Inihaw na Mackerel

Magbubunga: 1 Bahagi

sangkap

- 1 libra Mga sariwang bagoong o sardinas o mackerel
- 2 ulo ng bawang; nakabalot sa foil at inihurnong sa 350 degrees F, sa loob ng isang oras
- 2 itlog
- 4 na siwang bawang
- Juice ng 1 lemon at
- 2 limon; sa wedges
- 1 tasang Extra virgin olive oil
- Asin at paminta para lumasa
- 1 kutsarang maligamgam na tubig
- 4 na piraso ng French bread

Mga direksyon:

a) Painitin ang grill o griller.

b) Kaliskis at bituka bagoong (o sardinas o mackerel), na iniiwan ang mga ulo at buntot na buo. Pigain ng dahan-dahan ang mga ulo ng bawang upang Ilabas ang paste at itabi.

c) Upang gumawa ng aioli, ilagay ang mga itlog at bawang sa isang panghalo na may lemon juice at ihalo upang ihalo. Sa pagtakbo ng mixer, magdagdag ng langis sa isang manipis na splash upang bumuo ng isang makapal na emulsion. Ilabas, timplahan ng asin at paminta at manipis hanggang sa nais na pagkakapareho na may 1 hanggang 2 kutsarang maligamgam na tubig.

d) Maglagay ng bagoong sa grill at lutuin, mga 1 hanggang 2 minuto bawat gilid, at pagkatapos ay Dalhin sa mga plato. Mag-ihaw ng tinapay at pahiran ng garlic puree. Maglagay ng 1 segment ng tinapay sa bawat plato at ihain na may lemon wedges at aioli sa gitna.

69. Inihaw na hipon na nakabalot sa bacon

Yield: 4 na Bahagi

sangkap

- 20 Med hipon; nilinis deveined
- 10 piraso ng bacon; hilaw, hiwain ha
- 3 Pula o dilaw na matamis na paminta;
- 4 na kutsarang Extra-virgin olive oil
- 2 kutsarang Balsamic vinegar
- 1 kutsarang mustasa
- Sprig sariwang thyme
- 1 Head radicchio
- 1 Head endive
- 1 Head Bibb lettuce

Mga direksyon:

a) Hugasan at tuyo ang radicchio, endive at lettuce. Gupitin sa kasing laki ng mga piraso at itabi. Balutin nang mahigpit ang bawat hipon sa $\frac{1}{2}$ strip ng bacon.

b) I-ihaw sa griddle o sa ibabaw ng charcoal grill hanggang sa malutong, 3-5 minuto, umiikot nang isang beses. Takpan upang manatiling mainit. Binhi peppers at gupitin sa manipis na julienne strips. Itabi.

c) Paghaluin ang mantika, suka, mustasa at thyme sa isang garapon. Takpan at iling mabuti. Ilagay ang mga gulay at paminta sa isang ulam.

d) Magdagdag ng hipon. Malumanay na paghaluin ang vinaigrette. Ihain sa mababaw na ulam, ayusin muna ang mga gulay, at 5 hipon sa ibabaw ng mga gulay.

70. Mga tasa ng barbecue beef

Magbubunga: 5 Bahagi

sangkap

- 1 lb. sobrang lean ground beef
- 1 sibuyas
- 1 lata ng biskwit, de-lata
- ½ c barbecue sauce
- 2 TB brown sugar
- ¾ c cheddar cheese, ginutay-gutay

Mga direksyon:

a) Brown hamburger; lagyan ng sauce, sibuyas at brown sugar. Kumulo.

b) Sa greased muffin lata, Maglagay ng 1 biskwit sa bawat tasa at hugis sa isang tasa. Kutsara ang timpla ng hamburger sa mga tasa

c) iwiwisik ang cheddar cheese sa ibabaw. Maghurno sa 400 degrees sa loob ng 10 hanggang 12 minuto.

71. Pinagulong at inihaw na dibdib ng kalapati

Magbubunga: 1 Bahagi

sangkap

- 1 dibdib ng kalapati, hinati
- 1 langis ng oliba
- 1 hiniwang sibuyas
- 1 diced na bawang
- 1 diced red bell pepper
- 2 segment ng sibuyas
- 2 segment ng jalapeno pepper
- 1 strip ng bacon, hinati

Mga direksyon:

a) Lagyan ng dibdib ang mga ibon at kunin ang karne sa bawat kalahati ng dibdib.

b) I-marinate sa olive oil, diced sibuyas, diced bawang at diced red bell pepper magdamag. O mag-marinate sa Italian dressing magdamag.

c) Kumuha ng kalahati ng dibdib at ilagay ito sa pagitan ng dalawang piraso ng waxed paper. I-flatte gamit ang meat mallet. Kumuha ng isang segment ng sibuyas at isang segment ng jalapeño pepper at igulong ang patag na dibdib sa paligid nito.

d) Susunod, kumuha ng kalahating strip ng bacon at balutin ito sa dibdib at i-secure ito ng palito.

e) Magluto sa grill hanggang sa maluto ang bacon. Ihain nang mainit bilang pampagana.

72. Mga inihaw na bola-bola

Nagbubunga: 48 bola-bola

sangkap

- 3 pounds Lean ground beef
- 2 tasa Mabilis na oatmeal
- 13 ounces Evaporated milk
- 2 Itlog, bahagyang pinaghalo
- 1 tasang sibuyas na tinadtad
- ½ kutsarita ng Bawang Powder
- 2 kutsarita ng Asin
- ½ kutsarita ng Paminta
- 2 kutsarita ng Chili Powder

Mga direksyon:

a) Paghaluin ang mga sangkap at hugis ng mga bola na kasing laki ng walnut. Ilagay sa 2 (dalawang) 9 x 13-inch na baking dish.

b) Sauce: 4 C. Catsup 2 C. Brown Sugar 3 T. Liquid Smoke 1 t. Garlic Powder 1 C. Diced onion

c) Paghaluin ang mga sangkap sa ulam hanggang sa matunaw ang brown sugar. Ibuhos sa mga bola-bola. Maghurno sa 350 degrees para sa 1 oras.

73. Korean barbecue appetizers

Magbubunga: 1 Bahagi

sangkap

- Chuck meat
- ¼ tasa ng toyo
- 1¼ kutsarita ng Cayenne
- 1 berdeng sibuyas at tuktok, Segmented
- 2 kutsarang Sesame
- 1 kutsarita Bawang pulbos
- 1½ kutsarita ng Suka
- 1½ kutsarita Sesame seeds
- Itim na paminta

Mga direksyon:

a) Gupitin ang karne sa buong butil sa napakanipis na mga bahagi.

b) Ilagay sa ulam na may natitirang sangkap at ihalo nang maigi.

c) Takpan at palamigin magdamag

d) Ilagay ang karne sa rack sa ibabaw ng barbeque grill, isang minuto sa bawat panig

74. Mga pampagana ng inihaw na manok

Yield: 4 na Bahagi

sangkap

- 1 malaking dibdib ng Manok na walang buto
- 1 Green Pepper, gupitin sa mga piraso
- 1 katamtamang sibuyas, gupitin sa makapal na piraso
- $\frac{1}{2}$ tasa ng Catsup
- 1 kutsarang Mustasa
- 1 kutsarang Brown Sugar
- 1 kutsarang Suka
- $\frac{1}{4}$ kutsarita Bawang pulbos
- 2 gitling Hot Pepper Sauce

Mga direksyon:

a) Gupitin ang dibdib ng manok sa 16 na piraso at ilagay sa microwave dish.

b) Ikalat ang mga piraso ng paminta at sibuyas sa ibabaw ng manok.

c) Paghaluin ang natitirang sangkap sa isang maliit na ulam at ibuhos sa manok at gulay. 4. Takpan at microwave sa 70 %power sa loob ng 7 minuto o pataas hanggang sa maputi at malambot ang manok. Ihain gamit ang mga toothpick.

75. Mga piraso ng barbecue

Magbubunga: 10 Bahagi

sangkap

- 1 pounds Franks, 1/2" round
- ¼ tasa ng Suka
- 3 kutsarang Brown Sugar
- 1 kutsarang Worcestershire
- 1 Garlic Clove, tinadtad
- ¼ kutsarita ng Paminta
- 1½ tasang Tomato Sauce
- 1 Sibuyas, maliit, tinadtad
- 1 kutsarang Mustasa
- ½ kutsarita Curry Powder
- 1 kutsarita ng Asin

Mga direksyon:

a) Paghaluin ang lahat ng sangkap, maliban sa FRANKS, sa kasirola.
b) Kumulo 15 min.
c) Palamigin hanggang sa oras ng Bahagi.
d) Init ang sauce sa chafing dish 15 min. bago ang Portion
e) Magdagdag ng FRANK round; init ng husto.

f) o Bahagi, sibatin ng mga bisita si FRANKS gamit ang mga pick.

76. Pinausukang scallops sa takip ng kabute

Yield: 4 na Bahagi

sangkap
- 6 hanggang 8 dahon ng balat ng mais
- 16 malalaking Sea scallops
- 16 malaking mushroom cap
- Langis ng oliba, para sa basting

sarsa:
- ¼ puting sibuyas, tinadtad
- ½ aji peppers, tinadtad
- 1 kutsarang Olive oil
- 1½ onsa evaporated milk
- 1½ tasang Whipping cream
- ¼ tasa ng tuyong sherry
- ½ tasa ng Cotija cheese
- 1½ kutsarang Cornstarch

Mga direksyon:

a) Ilagay ang mga balat ng mais sa ilalim ng smoker at magdagdag ng kaunting tubig sa kawali.

b) Ilagay sa kawali ang sea scallops sa grill at usok sa mataas na init sa loob ng mga 4 na minuto.

c) Baste mushroom caps na may olive oil o Chimichurri Sauce.

d) Mag-ihaw ng dalawang minuto.

sarsa:

e) Sa isang maliit na kawali, iprito ang sibuyas at paminta sa langis ng oliba.

f) Lumipat sa isang panghalo.

g) Idagdag ang evaporated milk at whipping cream; haluing mabuti

h) Ibuhos ang likido sa pamamagitan ng isang fine-mesh strainer at Ilipat sa isang kawali. Idagdag ang dry sherry at Cotija cheese. Painitin sa katamtamang init hanggang sa napakainit

i) Dahan-dahang haluin ang cornstarch para lumapot. Salain ang sauce sa pamamagitan ng fine-mesh strainer.

j) Pahiran ng Sauce ang bawat plato. Maglagay ng pinausukang scallop sa loob ng takip ng kabute at ayusin ang 2 sa bawat sauced na plato.

77. BBQ kielbasa

Magbubunga: 8 Bahagi

sangkap

- 3 pounds na walang balat na kielbasa; Segmented
- 1 tasang Ketchup
- 1 tasang brown sugar
- 2 kutsarang Worcestershire sauce
- $\frac{1}{4}$ kutsarita ng tuyong mustasa
- 1 kutsarang Lemon juice
- $\frac{1}{2}$ tasa ng sarsa ng sili

Mga direksyon:

a) Pakuluan ang kielbasa sa tubig sa loob ng 30 minuto para mawala ang mantika

b) Paghaluin ang natitirang mga sangkap sa isang palayok at lutuin ng halos 2 oras o higit pa hanggang sa maluto

c) Ihain sa palayok na may mga toothpick.

78. Mag-ihaw ng inihurnong patatas

sangkap

- 6 Pagluluto ng patatas
- 1 sibuyas; tinadtad
- 4 oz. Mga berdeng sili
- 4 oz. Itim na oliba; tinadtad
- 1/4 kutsarita ng Bawang pulbos
- 1/2 kutsarita Lemon pepper
- Aluminum foil

Mga direksyon:

a) Kuskusin at i-chop ang baking patatas sa mga piraso, ngunit huwag alisan ng balat.

b) Handa na ang 6-8 parisukat na piraso ng heavy-duty na aluminum foil, isang piraso bawat Bahagi.

c) Maglagay ng pantay na bahagi ng mga sangkap sa bawat foil square.

d) i-overlap ang foil, mga dulo ng sealing. Ilagay sa barbecue grill para sa mga 45-55 minuto.

79. Inihaw na asparagus

sangkap

- 1 bungkos ng asparagus
- 1/2 tasa ng balsamic vinegar
- Dash salt

Mga direksyon:

a) Painitin ang Blackstone gas grill o charcoal barbecue. Ibuhos ang suka sa asparagus; hayaang umupo ng 15-30 minuto. Para sa pinakamahusay na lasa, i-marinate ng 1 oras.

b) Dahan-dahang ilagay ang asparagus sa itaas na wire rack sa grill. Lutuin sa katamtaman-mataas na init hanggang sa malutong at may magandang browned grill marks.

80. Inihaw na Portobello mushroom

sangkap

- 4 Portobello mushroom
- 1/2 tasa ng pulang kampanilya paminta, tinadtad
- 1 sibuyas na bawang, tinadtad
- 4 na kutsarang langis ng oliba
- 1/4 kutsarita ng sibuyas na pulbos
- 1 kutsarita ng asin
- 1/2 kutsarita ng ground black pepper

Mga direksyon:

a) Painitin ang Blackstone isang panlabas na grill para sa katamtamang init at bahagyang oil grate.

b) Linisin ang mga kabute at Ilabas ang mga tangkay. Sa isang malaking ulam, ihalo ang pulang kampanilya, bawang, mantika, at pulbos ng sibuyas, asin at itim na paminta at haluing mabuti. Ikalat ang timpla sa mga kabute.

c) Mag-ihaw sa hindi direktang init, o sa gilid ng mainit na uling, sa loob ng 15 hanggang 20 minuto.

81. Inihaw na pinalamanan na sili

sangkap

- 2 lata na nilagang kamatis 1/2 kutsarita ng paminta
- 2 tasang pre-cooked rice 1 katamtamang sibuyas, tinadtad
- 4 na lata inihaw na karne ng baka kumalat 2 cloves bawang, tinadtad
- 1 tasa ng catsup 8 katamtamang berdeng paminta
- 1/2 tasa ng tubig na heavy duty aluminum foil
- 1 kutsarita ng asin

Mga direksyon:

a) Sa isang katamtamang kaldero, paghaluin ang mga kamatis, kanin, inihaw na beef spread, catsup, tubig, asin, at paminta. Igisa ang mga sibuyas at bawang sa langis ng oliba at idagdag sa timpla. Gupitin ang manipis na bahagi mula sa dulo ng tangkay ng bawat berdeng paminta.

b) Alisin ang lahat ng mga buto at lamad. Hugasan sa loob at labas.

c) Banayad na ilagay ang bawat paminta ng pinaghalong bigas at ilagay sa parisukat ng heavy duty aluminum foil. Balutin nang maayos at lutuin sa katamtamang mainit na uling sa loob ng 30 minuto. Lumiko ng isang beses.

82. Pesto-stuffed prawns

GUMAWA NG 4 na Bahagi

sangkap:
- 12 hipon o napakalaki (10Ð15 na bilang)
- hipon
- 1 jalapeno chile pepper, may binhi
- tasa ng Cilantro Pesto
- 3 kutsarang diced shallot
- 3 kutsarang langis ng oliba
- 1 maliit na sibuyas ng bawang, tinadtad
- 3 kutsarang diced sariwang cilantro

Nagpapahid
- Guacamole Vinaigrette:
- kutsarita ng magaspang na asin
- 2 Hass avocado, pitted at binalatan
- Kurot ng ground black pepper
- Juice ng 1 malaking lime cup extra-virgin olive oil
- 1 kamatis, may binhi at pinong diced

Mga direksyon:

a) Magsindi ng grill para sa direktang katamtaman-mataas na init, mga $425\frac{1}{4}$F
b) Hatiin ang mga hipon sa kanilang likuran upang buksan ang gitna
c) Punan ang butas ng bawat hipon ng humigit-kumulang $\frac{1}{2}$ hanggang 1 kutsarita ng pesto. Pahiran ng olive oil ang mga pinalamanan na hipon.

d) Para sa guacamole vinaigrette: I-mash ang avocado sa isang katamtamang ulam na may tinidor. Haluin ang natitirang Main Ingredient. Itabi.
e) I-brush ang grill grate at balutin ng mantika. Direktang i-ihaw ang mga hipon sa init hanggang sa matigas at maganda ang marka ng grill, mga 4 na minuto bawat panig.
f) Ilabas sa mga plato at iwiwisik ng guacamole vinaigrette.

83. Grill nachos

sangkap

- Maliliit na hiwa ng keso
- Mga kamatis
- browned beef
- Salsa

Mga direksyon:

a) I-line lang ang iyong griddle ng aluminum foil at ibunton ang iyong nachos. Magdagdag ng kahit anong gusto mo sa itaas,

b) Takpan at Ilagay sa katamtaman hanggang mahinang apoy sa loob ng ilang minuto. Alisin mula sa apoy kapag natunaw ang keso at ihain.

84. Mga bola-bola ng taglagas

Servings: 6

Mga sangkap:

- 1 - 24 oz. bag ng Beef Meatballs (½ oz. size), gupitin sa kalahati
- 2 malalaking sibuyas, hiniwa o tinadtad
- 5 mansanas, binalatan, tinadtad at pinaghiwa-hiwalay
- 1-1/2 tasa ng brown sugar
- 1/2 tasa apple juice
- Opsyonal na Sangkap para sa dekorasyon: pinatuyong cranberry, granada o mansanas

Direksyon:

a) Painitin ang oven sa 350°F. Pagsamahin ang lahat ng Sangkap sa isang 4-quart casserole dish, takpan at i-bake ng 1-1/2 - 1-3/4 na oras o hanggang lumambot ang sibuyas.

b) Haluin paminsan-minsan habang nagluluto. Kung gumagamit ng crockpot, lutuin nang mataas sa loob ng 3 oras.

c) Mungkahi sa paghahatid: Ihain sa ibabaw ng inihurnong acorn squash o lutong kanin.

d) Palamutihan ng pinatuyong cranberry, buto ng granada o hiwa ng mansanas.

85. Meatball stroganoff

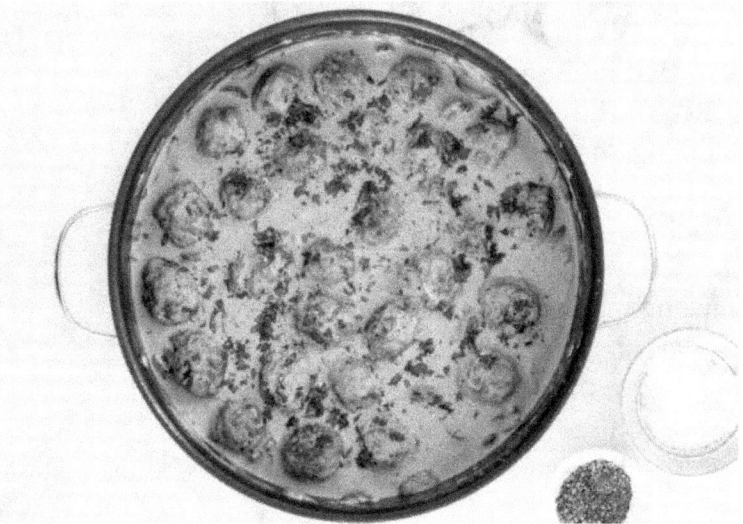

Servings: 6

Mga sangkap:

- 1/2 - 24 oz. bag ng Beef Meatballs, lasaw
- 10 oz. cream ng sopas ng manok
- 1/2 cup stock ng manok o tubig
- 10 oz. hiniwang mushroom, pinatuyo
- 1/2 tasa ng kulay-gatas
- malawak na egg noodles, niluto
- sariwang dill weed, tinadtad

Direksyon:

a) I-thaw ang mga bola-bola sa microwave 2 - 3 minuto.

b) Pagsamahin ang sopas at stock sa malaking kasirola at init, patuloy na pagpapakilos.

c) Magdagdag ng mga bola-bola at mushroom, takpan at kumulo sa mahinang apoy sa loob ng 10 minuto. Magdagdag ng kulay-gatas at init, nang hindi kumukulo.

d) Kutsara sa ibabaw ng noodles at budburan ng dill weed.

86. Mga bola-bola sa Caribbean

Mga serving: 6 - 8

Mga sangkap:

- 1 - 24 oz. bag ng Beef Meatballs
- 1 kutsarang langis ng gulay
- 1 sibuyas na bawang, tinadtad
- 1 bawat berde at pulang paminta, tinadtad nang magaspang
- 1 - 14 oz. maaari pinya chunks
- 2 kutsarang gawgaw
- 1/3 tasa ng asukal
- 1/3 tasa ng suka
- 1 kutsarang toyo
- 1/2 tasa ng kasoy (opsyonal)
- 1/4 tasa ng niyog, toasted (opsyonal)

Direksyon:

a) Paraan ng kawali: Bahagyang lasaw ang mga bola-bola sa microwave sa loob ng 1 minuto. Gupitin ang bawat bola-bola sa 3 hiwa. Mag-init ng mantika sa malaking kawali. Magdagdag ng bawang at paminta at iprito sa loob ng 2 minuto.

b) Magdagdag ng mga bola-bola, takpan at lutuin sa katamtamang apoy sa loob ng 10 minuto hanggang sa uminit ang mga bola-bola. Alisan ng tubig ang pinya, magreserba ng juice sa isang maliit na mangkok.

c) Pagsamahin ang pineapple juice, cornstarch, asukal, suka at toyo. Ibuhos sa pinaghalong meatball at lutuin, patuloy na pagpapakilos, hanggang sa lumapot ang sarsa.

d) Haluin ang pineapple chunks at cashews. Palamutihan ng toasted coconut, kung gusto.

e) Paraan ng Crockpot: Alisan ng tubig ang pinya, magreserba ng juice. Ilagay ang frozen meatballs, pineapple juice, pepper, bawang, cornstarch, asukal, suka at toyo sa crockpot at lutuin sa mababang init sa loob ng 8 oras (o mataas sa loob ng 4 na oras).

f) Bago ihain, magdagdag ng mga piraso ng pinya at kasoy at palamutihan ng toasted coconut.

87. Curry meatballs

Servings: 10-12

Mga sangkap:

- 1 - 20 oz. bag ng Beef Meatballs
- 1/4 tasa dilaw na sibuyas, diced
- 1 lata na puno ng taba ng gata ng niyog
- 1 tasang sabaw ng manok
- 4 na kutsarita ng curry powder
- 1 kutsarita garam masala
- 1 kutsaritang giniling na luya
- katas ng 1 kalamansi
- 1/2 tasa cilantro, tinadtad
- Sambal Oelek chili paste (opsyonal)
- pulang paminta flakes

Direksyon:

a) Sa isang malaking kawali, tunawin ang gata ng niyog at mantika; idagdag ang tinadtad na sibuyas at hayaang maluto ng 3 hanggang 4 na minuto.

b) Paghaluin ang natitirang Sangkap para sa sarsa at idagdag sa mga bola-bola, ihalo nang lubusan.

c) Takpan ang kawali at kumulo hanggang maluto ang mga bola-bola.

d) Budburan ng Red Pepper Flakes bago ihain. Maglagay ng Chili paste sa gilid para sa sobrang init.

88. Mga bola-bola ng sibuyas na Pranses

Servings: 10-12

Mga sangkap:

- 1 - 26 oz. bag ng Beef
- 1 pakete ng dry onion soup mix
- 1 lata ng cream of mushroom soup
- 1 lata ng creamy onion soup o French onion soup
- 1 lata ng tubig

Direksyon:

a) Ilagay ang Meatballs sa slow cooker mula sa freezer.

b) Sa isang medium sized na mangkok, haluin ang pinaghalong sopas, de-latang sopas, at tubig. Ibuhos sa mga bola-bola at haluin.

c) Magluto sa mahinang apoy ng mga 4 hanggang 6 na oras O sa mataas na mga 2 hanggang 3 oras, hinahalo paminsan-minsan.

d) Ihain sa ibabaw ng egg noodles o bilang pampagana na may mga tooth pick.

89. Maple Meatballs

Servings: 5-6

Mga sangkap:

- 1 - 26 oz. bag ng Beef Meatballs
- 1/2 tasa ng totoong maple syrup
- 1/2 tasa ng chili sauce
- 2 kutsarita ng pinatuyong chives (o 2 kutsarang sariwang chives)
- 1 kutsarang toyo
- 1/2 kutsarita ng ground mustard

Direksyon:

a) Sa isang kasirola, pagsamahin ang maple syrup, chili sauce, chives, toyo, at ground mustard.

b) Dalhin sa isang mababang pigsa. Idagdag ang meatballs sa Saucepan at ibalik sa pigsa.

c) Pakuluan sa katamtamang apoy sa loob ng 8-10 minuto, paminsan-minsang pagpapakilos hanggang sa maiinit nang husto ang mga bola-bola.

d) Ihain bilang pampagana na may mga toothpick o sa ibabaw ng mainit na nilutong kanin.

90. Meatball shepherd's pie

Servings: 6

Mga sangkap:

- 1 - 26 oz. bag ng Beef Meatballs
- 1 - 12 oz. garapon na inihanda ng sarsa ng baka
- 1 - 16 oz. bag ng frozen mixed vegetables (sapat na lasaw para masira)
- 1 kahon ng sour cream at chives mashed patatas (naglalaman ng 2 pouch)
- 1/2 tasa gadgad na Parmesan cheese

Direksyon:

a) Painitin ang oven sa 350°F. I-thaw ang mga bola-bola sa microwave sa loob ng 1 minuto. Hatiin ang bawat bola-bola sa kalahati.

b) Sa isang malaking mangkok, paghaluin ang halved meatballs, gravy, at frozen na pinaghalong gulay. Ibuhos ang timpla sa isang greased 9" x 13" baking dish.

c) Ihanda ang parehong mga lagayan ng kulay-gatas at chives patatas, pagdaragdag ng gatas, mainit na tubig at mantikilya ayon sa mga Direksyon sa pakete.

d) Ikalat ang inihandang patatas sa pinaghalong meatball.

e) Budburan ang patatas na may Parmesan cheese at maghurno ng 20-25 minuto.

91. Spaghetti meatball pie

Servings: 4-6

Mga sangkap:

- 1 - 26 oz. bag ng beef Meatballs
- 1/4 tasa tinadtad na berdeng paminta
- 1/2 tasa tinadtad na sibuyas
- 1 - 8 oz. pakete ng spaghetti
- 2 itlog, bahagyang pinalo
- 1/2 tasa gadgad na Parmesan cheese
- 1-1/4 na tasa ng ginutay-gutay na mozzarella cheese
- 26 oz. garapon chunky spaghetti sauce

Direksyon:

a) Painitin ang oven sa 375°F. Igisa ang mga sili at sibuyas hanggang lumambot, mga 10 minuto. Itabi.

b) Magluto ng spaghetti, alisan ng tubig at banlawan ng malamig na tubig at patuyuin. Ilagay sa malaking mixing bowl.

c) Magdagdag ng mga itlog at Parmesan cheese at pukawin upang pagsamahin. Pindutin ang timpla sa ilalim ng na-spray na 9" na pie plate. Itaas ang 3/4 tasa ng ginutay-gutay na mozzarella cheese. I-thaw ang frozen meatballs sa microwave sa loob ng 2 minuto.

d) Hatiin ang bawat bola-bola sa kalahati. Ilagay ang halves ng meatball sa pinaghalong keso. Pagsamahin ang spaghetti sauce na may nilutong sili at sibuyas.

e) Kutsara sa layer ng meatball. Maluwag na takpan ng foil at maghurno ng 20 minuto.

f) Alisin sa oven at iwiwisik ang 1/2 cup mozzarella cheese sa pinaghalong spaghetti sauce.

g) Patuloy na maghurno nang walang takip para sa isa pang 10 minuto hanggang sa bubbly. Gupitin sa mga wedges at ihain.

92. Saucy Asian meatballs

Servings: 10-12

Mga sangkap:

- 1 - 20 oz. bag ng beef Meatballs
- 2/3 tasa hoisin sauce
- 1/4 tasa ng suka ng bigas
- 2 sibuyas ng bawang, tinadtad
- 2 kutsarang toyo
- 1 kutsarita ng sesame oil
- 1 kutsaritang giniling na luya
- 1/4 tasa ng teriyaki glaze
- 1/4 tasa ng brown sugar
- sesame seeds, opsyonal

Direksyon:

a) Painitin ang hurno at lutuin ang mga bola-bola ayon sa mga tagubilin sa pakete. Itabi.

b) Habang ang mga bola-bola ay nagluluto, haluin ang lahat ng mga sarsa sa isang mangkok hanggang sa maihalo.

c) Kapag natapos na ang mga bola-bola sa pagluluto, maaari mong isawsaw ang bawat bola-bola nang paisa-isa (gamit ang toothpick) sa pinaghalong sarsa, o maaari mong ibuhos ang sarsa sa mga bola-bola at dahan-dahang haluin ang mga ito hanggang sa matakpan ng pinaghalong sarsa.

d) Ihain sa ibabaw ng kanin at palamutihan ng mga gisantes ng niyebe at inihaw na mga piraso ng pulang paminta bilang entrée o bilang pampagana na may mga toothpick.

93. Mga bola-bola at sarsa ng spaghetti

sangkap

- 1 tasang Meat Ball
- ¼ kutsarita ng Asin
- ¼ kutsarita ng giniling na itim na paminta
- ½ tasa Grated Parmesan cheese
- 1 librang Lean Ground Beef
- 1 kutsarang Olive Oil
- 2 sibuyas na tinadtad
- 4 dinurog na bawang o
- 2 tinadtad na bawang
- 14 ounces Can Tomato sauce
- ½ tasang pulang alak (opsyonal)
- 1 matamis na berdeng paminta
- 1 kutsarita ng tuyong dahon ng basil
- ½ kutsarita Leaf oregano

Direksyon:

a) Bumuo ng karne sa 1 pulgadang bola-bola. Idagdag sa pagluluto ng spaghetti sauce.

b) Init ang mantika sa isang malaking kasirola na nakatakda sa katamtamang init. Magdagdag ng sibuyas at bawang. igisa ng 2 minuto. Magdagdag ng mga natitirang sangkap. Takpan at pakuluan, madalas na pagpapakilos.

c) Pagkatapos, bawasan ang init at kumulo, madalas na pagpapakilos nang hindi bababa sa 15 minuto.

94. Mga bola-bola na may pansit sa yogurt

sangkap

- 2 pounds Ground beef
- Kurutin ang Cayenne pepper, Turmeric, Coriander at cinnamon
- Salt at Black pepper
- 2 siwang bawang
- 1 kutsarang langis ng gulay
- 1 Espanyol na sibuyas
- 6 hinog na kamatis na plum -- core,
- 4 na kamatis na pinatuyo sa araw
- Mga bihon

Direksyon:

a) Sa isang mangkok, pagsamahin ang beef, cinnamon, coriander, turmeric, cayenne, asin, paminta, at kalahati ng bawang.

b) Gamit ang malinis na mga kamay, ihalo nang maigi, pagkatapos ay hubugin ang karne sa $\frac{3}{4}$-pulgadang bola-bola. Itabi ang mga ito.

c) Sa isang malaking kaserol, init ang mantika, idagdag ang sibuyas at idagdag ang mga bola-bola. Magluto, pinaikot ang mga ito nang madalas.

d) Idagdag ang plum tomatoes at natitirang bawang. Idagdag ang pinatuyong kamatis, asin, at paminta at lutuin ang timpla sa loob ng 5 minuto sa mahinang apoy, hinahalo nang isa o dalawang beses.

e) Para sa pansit: Pakuluan ang isang malaking kasirola ng tubig. Idagdag ang noodles at lutuin.

f) Ihalo ang yogurt, bawang, at asin. Ihagis nang lubusan at ilipat sa 6 na malalawak na mangkok.

95. Stracciatelle na may mga bola-bola

sangkap

- 1-quart sabaw ng manok
- 2 tasang Tubig
- ½ tasang Pastina
- 1 kutsarita sariwang perehil, tinadtad
- ½ libra Lean ground beef
- 1 Itlog
- 2 kutsarita na may lasa na mumo ng tinapay
- 1 kutsarita Grated cheese
- 1 karot, hiniwa ng manipis
- ½ pounds Spinach, ang madahon lang
- Part julienned
- 2 kutsarita sariwang perehil, tinadtad
- 1 maliit na sibuyas, tinadtad
- 2 itlog
- Grated na keso

Direksyon:

a) Sa isang soup pot, pagsamahin ang mga sangkap ng sopas at pakuluan. Paghaluin ang mga sangkap ng karne sa isang mangkok, maraming maliliit na bola-bola at ihulog sa kumukulong pinaghalong sabaw.

b) Sa isang maliit na mangkok, talunin ang 2 itlog. Gamit ang isang kahoy na kutsara, pukawin ang sopas habang dahan-dahan mong ibinabagsak ang mga itlog, patuloy na hinahalo. Alisan sa init. Takpan at hayaang tumayo ng 2 minuto.

c) Ihain na may gadgad na keso.

96. Meatball at ravioli na sopas

sangkap

- 1 kutsarang Olive oil o salad oil
- 1 malaking sibuyas; pinong tinadtad
- 1 sibuyas na bawang; tinadtad
- 28 ounces Mga de-latang kamatis; tinadtad
- $\frac{1}{4}$ tasa tomato paste
- $13\frac{3}{4}$ onsa sabaw ng baka
- $\frac{1}{2}$ tasa ng dry red wine
- Pinch Dried basil, thyme at Oregano
- 12 ounces Ravioli; puno ng keso
- $\frac{1}{4}$ tasa ng perehil; tinadtad
- Parmesan cheese; gadgad
- 1 Itlog
- $\frac{1}{4}$ tasa malambot na mumo ng tinapay
- $\frac{3}{4}$ kutsarita sibuyas na asin
- 1 sibuyas na bawang; tinadtad
- 1 pounds Lean ground beef

Direksyon:

a) Brown meatballs maingat sa pinainit na mantika.

b) Paghaluin ang sibuyas at bawang at lutuin ng mga 5 minuto, mag-ingat na hindi masira ang mga bola-bola. Magdagdag ng mga kamatis at ang kanilang likido, tomato paste, sabaw, alak, tubig, asukal, basil, thyme, at oregano. Magdagdag ng ravioli

97. Bulgarian meatball na sopas

Yield: 8 servings

sangkap

- 1 libra Ground beef
- 6 na kutsarang Bigas
- 1 kutsarita ng Paprika
- 1 kutsarita Pinatuyong malasa
- Asin, paminta
- harina
- 6 tasang Tubig
- 2 beef bouillon cubes
- ½ bungkos ng berdeng sibuyas; hiniwa
- 1 berdeng paminta; tinadtad
- 2 karot; binalatan, hiniwang manipis
- 3 mga kamatis; binalatan at tinadtad
- 1 Sm. dilaw na sili, hatiin
- ½ bungkos ng perehil; tinadtad
- 1 Itlog
- 1 Lemon (Juice lang)

Direksyon:

a) Pagsamahin ang karne ng baka, kanin, paprika at malasa. Timplahan ng asin at paminta ayon sa panlasa. Paghaluin nang bahagya ngunit lubusan. Bumuo sa 1-pulgadang bola.

b) Pagsamahin ang tubig, bouillon cubes, 1 kutsarang asin, 1 kutsarita ng paminta, berdeng sibuyas, berdeng paminta, karot at kamatis sa malaking takure.

c) Takpan, pakuluan, bawasan ang init at kumulo ng 30 minuto.

98. Mga bola ng karne at frankfurter

sangkap

- 1 libra Ground Beef
- 1 Itlog, bahagyang pinalo
- ¼ tasa Bread Crumbs, tuyo
- 1 medium na sibuyas, gadgad
- 1 kutsarang Asin
- ¾ tasang Chili Sauce
- ¼ tasa ng Grape Jelly
- 2 kutsarang Lemon Juice
- 1 tasang Frankfurters

Mga direksyon:

a) Pagsamahin ang karne ng baka, itlog, mumo, sibuyas at asin. Hugis sa maliliit na bola. Pagsamahin sa chili sauce, grape jelly, lemon juice at tubig sa isang malaking kawali.

b) init; magdagdag ng meat balls at kumulo hanggang maluto ang karne.

c) Bago ihain, magdagdag ng franks at init.

99. Mga bola-bola ng Manhattan

sangkap

- 2 pounds Lean ground beef
- 2 tasang malambot na mumo ng tinapay
- ½ tasang tinadtad na sibuyas
- 2 itlog
- 2 kutsara Tinadtad na sariwang perehil
- 1 kutsarita ng Asin
- 2 kutsarang margarin
- 1 garapon; (10 oz.) Kraft Apricot Preserves
- ½ tasa ng Kraft Barbecue Sauce

Direksyon:

a) Paghaluin ang karne, mumo, sibuyas, itlog, perehil, at asin. Hugis sa 1-pulgadang bola-bola.

b) Painitin ang oven sa 350 degrees. Brown meatballs sa margarine sa isang malaking kawali sa katamtamang init; alisan ng tubig. Ilagay sa isang 13 x 9-inch na baking dish.

c) Paghaluin ang mga pinapanatili at barbecue sauce; ibuhos sa mga bola-bola. Maghurno ng 30 minuto., pagpapakilos paminsan-minsan.

100. Vietnamese meatballs

sangkap

- 1½ pounds Lean Ground Beef
- 1 Garlic Clove, durog
- 1 Puti ng Itlog
- 1 kutsarang Sherry
- 2 kutsarang Soy Sauce
- ½ kutsarita Liquid Usok
- 2 kutsarang Fish Sauce
- 1 kurot ng Asukal
- 1 Asin at Puting Paminta
- 2 kutsarang Corn Starch
- 1 kutsarang Sesame Oil

Direksyon:

a) Haluin ang pinaghalong may mixer o food processor hanggang sa napakakinis.

b) Maghulma ng maliliit na bola-bola sa skewer (mga anim na bola-bola bawat skewer).

c) Iprito sa pagiging perpekto.

KONGKLUSYON

Ang mga pampagana ay karaniwang nakalaan para sa mga pormal na pagkain at kapag dumating ang mga bisita. Ang mga ito ay tradisyonal na mataas sa calories at kadalasang pinirito. Gayunpaman, ang isang pagkain na binubuo ng ilang, maliit, malusog na pampagana ay maaaring maging isang kawili-wili at iba't ibang alternatibo sa isang malaking hindi malusog na pagkain.

Sa aklat na ito, nilagyan ka ng mga recipe para sa mga appetizer, na mas malusog kaysa sa tradisyonal na mga appetizer. Makikita mo na ang mga sarsa ay ginawa gamit ang mga prutas at gulay, samakatuwid ay nagbibigay sa mga pagkaing ito ng matapang na kulay, habang pinapanatili ang taba at sodium na nilalaman na medyo mababa.

www.ingramcontent.com/pod-product-compliance
Lightning Source LLC
Chambersburg PA
CBHW070649120526
44590CB00013BA/888